*Dr. Jaerock Lee*

# Katonda
## Awonya

*[MUKAMA] n'ayogera nti,*
*"Oba nga oliwulira nnyo eddoboozi lya MUKAMA Katonda wo,*
*n'okola obutuukirivu mu maaso ge, n'owulira amateeka,*
*n'okwata by'alagira byonna,*
*sirikuteekako ggwe endwadde zonna ze nnateeka ku Bamisiri:*
*kubanga nze MUKAMA akuwonya."*
(Okuva 15:26)

**Katonda Awonya** kya Jaerock Lee
Kyafulumizibwa aba Urim Books (Abakulirwa: Kyungtae Noh)
#73, Yeouidaebang-ro 22-gil, Dongjak Gu, Seoul, Korea
www.urimbooks.com

Obuyinza bwonna tubwesigaliza. Ekitabo kino oba ebitundu byakyo tebirina kufulumizibwa nate mu ngeri yonna, oba okuterekebwa mu ngeri yonna, oba okufulumizibwa mu kika kyonna ng'okwokyesaamu, okunaazaamu kkoppi, awatali lukusa okuva eri abaakafulumya..

Okujjako nga kiragiddwa, Ebyawandiikibwa byonna bisimbuddwa mu Ekitabo Ekitukuvu ekiyitibwa BAIBULI Ekyafulumizibwa aba KAMPALA THE BIBLE SICIETY OF UGANDA

Obwannanyini © 2017 bwa Dr. Jaerock Lee
ISBN: 979-11-263-0256-7 03230
Obwannannyini bw'okukavunula mu lungereza © 2013 ye Dr. Esther K. Chung. Ng'akkiriziddwa.

Kyasooka okufulumizibwa mu lulimi olu Korea aba Urim Books mu 2002

*Kyasooka kufuluma mu gw'okusatu 2017*

Kyasunsulibwa Dr. Geumsun Vin
Kyalungiyizibwa ekitongole ekisunsuzi ekya Urim Books
Kyateekebwa mu kyapa ekitongole kya Prione Priting
Ayagala ebisingawo kwatagana ne: urimbook@hotmail.com

# Obubaka ku Kitabo kino

Ng'okukulaakulana kw'ebintu kweyongera kugenda mu maaso n'okuba ebingi, Twesanga ng'abantu ennaku zino balina obudde bungi n'engeri ez'enjawulo ze babumalamu. Era, okusobola okufuna obulamu obutalina ndwadde era obweyagaza, abantu batadde obudde n'ensimbi mukwetegereza obubaka obw'omugaso obw'enjawulo.

Wabula, mu bulamu bw'omuntu, okukaddiwa, endwadde, n'okufa byo biri wansi w'obuyinza bwa Katonda, tebisobola kufugibwa maanyi ga sente wadde okumanya. Okwongereza kw'ekyo, tekisoboka kwegaanibwa nti newakubadde ssayansi owa waggulu ennyo akwata ku nzijanjaba y'endwadde akoleddwa mu magezi g'omuntu agenze yeeyongera buli byasa ebibadde biyitawo, omuwendo gw'abalwadde ogubonaabona n'endwadde ezitawona era ez'olukonvuba gubadde gujja gweyongera.

Mu byafaayo by'ensi byonna, wabaddewo abantu abatabalika ab'enzikiriza ez'enjawulo n'amagezi– omuli aba Budda n'abagoberezi ba Confucius – naye bonna baasirika bwe baasisinkananga okusoomozebwa ku bikwatagana ku bisatu ebyo era ku bonna tewali yeewala kukaddiwa, kulwala, n'okufa. Ekibuuzo kino kyekuusa ku kufa n'ensonga y'obulokozi bw'omuntu, nga ku byombi tewali kigonjoolwa muntu.

Olwaleero, waliwo amalwaliro mangi n'amatundiro g'eddagala, agayinza okutuukibwako mu bwangu era nga galabikanga ag'etegese okufuula ebitundu gye tubeera omutakyali-ndwadde. Wabula wadde guli gutyo, emibiri gyaffe n'ensi girumbiddwa endwadde ez'enjawulo okuviira ddala ku ssennyiga okutuuka kw'ezo ezitamanyiddwa kwe ziva wadde obuwuka obuzireeta era nga tezirina na ddagala. Abantu banguwa okunenya embeera y'obudde n'ebitundu mwe tubeera oba beetegefu nnyo okukitwala nti kya butonde ekirina okutuuka ku bantu, era ne beesigama ku ddagala ne tekinologiya w'okujanjaba.

Okusobola okufuna okuwonyezebwa okukulu ennyo n'okutambulira mu bulamu obutaliimu ndwadde, Buli omu ku ffe alina okulowooza ku wa obulwadde gye bwavudde n'engeri gye tuyinza okuwonamu. Eri enjiri n'amazima waliwo enjuyi bbiri: oluuyi oluterekebwa abantu abatakkiriza by'ebikolimo n'okubonerezebwa, wabula eri abo abakkiriza gy'emikisa n'obulamu obulungi. Kwagala kwa Katonda amazima okukwekebwa ku abo, nga abafalisaayo ne bakabona b'amateeka, abeeyita nti bagezigezi nnyo; era kwagala kwa Katonda amazima okubikkulirwa eri abo abalinga abaana, abakyagala, era ne baggulawo emitima gyabwe (Lukka 10:21).

Katonda asuubizza bulungi nnyo eby'amagero eri abo abagondera era ne batambulira ku biragiro Bye, kyokka Awandiise mu bujjuvu ebikolimo n'ebika by'endwadde eby'enjawulo ebijja okuteekebwa ku abo abajeemera ebiragiro Bye (Eky'amateeka Olw'okubiri 28:1-68).

Nga tujjukiza abatakkiriza n'abamu ku bakkiriza ekigambo kya Katonda abatakifaako, omulimu guno gwagala okuteeka abantu ab'ekikula kino ku kkubo ettuufu eri eddembe ery'obutalwala n'okwewala endwadde.

Nga bwe mweyongera okuwulira, okusoma, okutegeera, n'okufuula ekigambo kya Katonda emmere, n'olw'amaanyi ga Katonda ag'obulokozi n'okuwonyezebwa, buli omu ku mwe k'awonyezebwe endwadde eza buli kika, nnene oba ntono, era obulamu ka bubeere nga naawe n'amaka go, mu linnya erya Mukama waffe Nsabye!

*Jaerock Lee*

# Ebirimu

Katonda Awonya

Obubaka ku Kitabo kino

*Essuula 1*
Ensibuko y'Endwadde n'Essuubi ery'Okuwona   1

*Essuula 2*
Oyagala Okuba Omulamu?   15

*Essuula 3*
Katonda Awonya   35

Essuula 4
Olw'ebiwundu Bye Tuwonyezebwa   49

Essuula 5
Amaanyi okuwonya obunafu bwonna   67

Essuula 6
Engeri z'Okuwonyaamu abalina Dayimoni   81

Essuula 7
Okukkiriza n'obugonvu bwa Naamani Omugenge   101

Essuula 1

# Ensibuko y'Endwadde n'Essuubi ery'Okuwona

Naye mmwe abatya
erinnya lyange enjuba ey'obutuukirivu
eribaviirayo ng'erina okuwonya mu biwaawaatiro byayo,
kale mulifuluma ne muligita ng'ennyana
ez'omu kisibo.

Malaki 4:2

## 1. Ebisinga okuvaako Endwadde

Olw'okuba abantu beegomba okubeera mu bulamu obw'essanyu era obutaliimu ndwadde mu biseera byabwe kuno ku nsi, balya buli kika kya mmere emanyiddwa okuba ng'eyamba omuntu okuba omulamu, era ne bassaayo nnyo omwoyo mu kunoonya engeri ezitamanyiddwa. Wadde waliwo okukulaakulana kungi mu bintu ne sayansi ow'okujanjaba, wabula ekituufu kiri nti abantu okubonaabona n'eddwadde ezitawona era ez'olukonvuba tekusobola kuziyizibwa.

Omuntu tasobola kuwona nnaku ya kulwala mu bulamu bwe ku nsi kuno?

Abantu bangi banguwa okwekwasa embeera y'obudde n'embeera ebeetooloodde oba beetegefu okutegeera endwadde nga ekintu eky'obutonde ekirina okubaawo, era ne beesigama ku kujanjabibwa ne tekinologiya w'endwadde. Wabula kasita ensibuko y'endwadde zonna etegerebwa, omuntu yenna asobola okuziwonya.

Baibuli etuwa engeri enkulu ennyo omuntu bwasobola okubeerawo mu bulamu obutaliimu bulwadde era, omuntu ne bw'aba mulwadde nnyo, engeri z'ayinza okufuna okuwonyezebwa :

*[MUKAMA] n'ayogera nti, "Oba nga oliwulira nnyo eddoboozi lya MUKAMA Katonda wo, n'okola obutuukirivu mu maaso ge, n'owulira amateeka, n'okwata by'alagira byonna, sirikuteekako ggwe endwadde zonna ze nnateeka ku Bamisiri: kubanga*

*nze MUKAMA akuwonya"* (Okuva 15:26).

Kino kye Kigambo kya Katonda eky'esigika, Oyo afuga obulamu bw'omuntu, okufa, ebikolimo, n'emikisa, ebituweebwa mu buntu.

Olwo, obulwadde kye ki, era lwaki omuntu alwala? Mu lulimi olusawo, "obulwadde" kitegeeza obuteesobola bwonna obukwata ebitundu by'omubiri gw'omuntu – omubiri okuba nga tegukola nga bwe gulina kukola – era nga buleetebwa okusinga obuwuka obuyitibwa bu bacteria mu lulimi olungereza. Kwe kugamba, obulwadde gwe mubiri okuba nga guli mu mbeera etali ntuufu ekiva ku bulwadde-obuva ku butwa oba obuwuka bu bacteria.

Mu Okuva 9:8-9 tulaba ennyinyonyola y'engeri ekibonerezo ky'amayute bwe kyali eky'okuteekebwa ku Bamisiri:

> *"MUKAMA n'agamba Musa ne Alooni nti Mwetwalire embatu z'evvu ery'omu Kyoto, Musa alimansize waggulu mu maaso ga Falaawo. Era liriba nfuufu ku nsi yonna ey'e Misiri, liriba jjutte eriyulika mu mabwa ku muntu ne nsolo, mu nsi yonna ey'e Misiri."*

Mu Kuva 11:4-7, tusoma engeri Katonda gye yayawulamu abaana ba Isiraeri okuva ku bantu b'omu Misiri. Aba Isiraeri abaali basinza Katonda, baali te bajja kufuna kubonerezebwa kwonna, Kyokka bo Abamisiri abataasinzanga Katonda wadde okutambulira mu Kwagala Kwe, baali baakufiirwa abaana baabwe ababereberye.

Okuyita mu Baibuli, tuyiga nti n'endwadde n'azo ziri wansi w'obuyinza bwa Katonda, nti Akuuma abo abamugondera ne batafuna ndwadde, kyokka nti endwadde ezo zijja kusensera abo ab'onoona kubanga Ajja kugya amaaso Ge ku bantu ng'abo.

Olwo lwaki, waliwo endwadde n'okulwala? Tukitwale nti Katonda Omutonzi yeeyakola endwadde mu kutonda ensi omuntu asobole okubeera mu bulabe bw'endwadde? Katonda Omutonzi yatonda omuntu era yafuga buli kimu mu nsi mu bulungi, mu butuukirivu, n'okwagala.

Ng'amaze okutonda embeera esingayo obulungi omuntu okubeeramu (Olubereberye 1:3-25), Katonda n'atonda omuntu mu kifaananyi Kye Ye, n'abawa omukisa, era n'abawa eddembe lyonna n'obuyinza.

Ekiseera bwe kyayitawo, abantu ne baabeera nga beeyagalira mu mukisa ogw'abaweebwa-Katonda nga bwe baagala nga bwe bagondera ebiragiro Bye, era nga babeera mu Lusuku Adeni eyo awataali maziga, nnaku, okubonaabona wadde endwadde. Nga Katonda bwe yalaba nti buli kye yali Akoze kyali kirungi nnyo (Olubereberye 1:31), N'ateekawo ekiragiro kimu: *"Buli muti ogw'omu lusuku olyangako nga bwonooyagalanga: naye omuti ogw'okumanya obulungi n'obubi togulyangako: kubanga olunaku lw'oligulyako tolirema kufa"* (Olubereberye 2:16-17).

Kyokka, omusota omukalabakalaba bwe gwalaba nga abantu

tebakuumira kiragiro kya Katonda mu mmeeme zaabwe era nga tebakifaako, omusota ne gukema Kaawa, mukyala w'omusajja eyasooka okutondebwa. Adam ne Kaawa bwe baalya ku kibala eky'oku muti ogw'okumanya obulungi n'obubi ne b'onoona (Olubereberye 3:1-6), nga Katonda bwe yali abalabudde, okufa tekwalema kujja eri omuntu (Abaruumi 6:23).

Nga bamaze okukola ekibi ky'obujeemu, era omuntu n'afuna n'empeera y'ekibi nga kwe kufa, omwoyo mu muntu – nga gwe gwali gumufuga – n'agwo ne gufa kale okussa ekimu wakati w'omuntu ne Katonda ne kuvaawo okubeerawo. Baagobebwa mu Lusuku Adeni era ne batandika okubeera mu maziga, nnaku, okubonaabona, endwadde, n'okufa. Era nga buli kimu ku nsi bwe kya kolimirwa, byatandika okuzaala amaggwa n'amagimbi era nga okuyita mu ntuuyo z'ebibatu byabwe mwokka mwe baafuniranga eky'okulya (Olubereberye 3:16-19).

N'olwekyo, ekisinga okuvaako endwadde kye kibi ekisikire eky'aleetebwa obujeemu bwa Adamu. Singa Adamu yali tajeemedde Katonda, teyandigobeddwa mu Lusuku Adeni wabula yandibadde mu bulamu omutali ndwadde ekiseera kyonna. Kwe kugamba, era okuyita mu muntu omu buli muntu yenna yafuuka mw'onoonyi era n'abeera ng'atambulira mu buzibu n'okubonaabona n'endwadde eza buli kika. Nga tetusoose kugonjoola kizibu kya kibi, tewali n'omu ajja kuyitibwa mulongoofu mu maaso ga Katonda nga agondera amateeka (Abaruumi 3:20).

## 2. Enjuba ey'obutuukirivu erina okuwonya mu biwaawaatiro byayo.

Malaki 4:2 watugamba, *"Naye mmwe abatya erinnya lyange enjuba ey'obutuukirivu eribaviirayo ng'erina okuwonya mu biwaawaatiro byayo, kale mulifuluma ne muligita ng'ennyana ez'omu kisibo."* Wano, "enjuba ey'obutuukirivu" kitegeeza Omununuzi.

Omuntu ng'akutte ekkubo ery'okuzikirira n'okubonaabona n'endwadde, Katonda Y'amusaasira n'atununula mu bibi byonna okuyita mu Yesu Kristo Gwe yali Ategese, Ng'amukkiriza akomererwe ku musalaba n'omusaayi Gwe gwonna okuyiika. N'olwekyo, omuntu yenna akkiriza Yesu Kristo, n'asonyiyibwa ebibi bye, era n'atuuka eri obulokozi, asobola kati okuwonyezebwa endwadde era n'abeera n'obulamu obutalina ndwadde. Olw'ekikolimo ku bintu byonna, omuntu yalina okutambulira mu bulabe bw'endwadde kasita yabeeranga ng'assa, naye olw'okwagala n'ekisa kya Katonda, Ekkubo eri okuwona endwadde kati lyaggulwaawo.

Abaana ba Katonda kasita bagaana okw'onoona okutuuka ku ssa ly'okuyiwa omusaayi (Abaebulaniya 12:4) era ne batambulira mu Kigambo Kye, Ajja kubakuumirako amaaso Ge agalinga omuliro era Abateereyo ekisenge eky'omuliro gw'Omwoyo Omutukuvu wabeera nga tewali butwa mu mpewo buyinza kuyingira mu mibiri gyabwe. Era omuntu ne bw'alwala, bwe yeenenya era n'aviira ddala ku mbeera ze ez'edda, Katonda ajja kw'okya endwadde era awonye ekitundu ekirumizibwa. Kuno kwe kuwonyezebwa "okw'enjuba ey'obutuukirivu."

Enzijanjaba ey'omulembe eriwo ennaku zino ereeseewo enzijanjaba omuntu mw'ayisibwa mu kyuma, era ng'ekozesebwa nnyo ennaku zino okugema n'okuwonya endwadde ez'enjawulo. Amaanyi agava mu kyuma kino g'akola nnyo gatereeza obuwuka we bubadde buleetedde okulwala n'okukyusa embeera omubiri mwe gubadde. Enzijanjaba eno esobola okutta 99% obuwuka obuleeta endwadde ez'omu byenda, akalaakiiro, n'obuwuka obuleeta okudukana kw'omusaayi era ekola nnyo ku kafuba, amagumba agaluma, okuggwaamu omusaayi, ennyingo ezizimbye, n'endwadde z'ensusu. Wabula, Enzijanjaba eyamba ennyo bwetyo era ey'amaanyi ey'ekyuma ekyo, tesobola kuwonya ndwadde zonna.

Okujjako "enjuba ey'obutuukirivu erina okuwonya mu biwaawaatiro byayo" ey'awandiikibwa mu byawandiikibwa g'emaanyi agayinza okuwonya endwadde zonna. Amaanyi okuva mu njuba ey'obutuukirivu gasobola okukozesebwa okuwonya ebika by'endwadde zonna, era olw'okuba gasobola okuweebwa omuntu yenna, engeri Katonda gyawonyaamu nyangu nnyo kyokka emalawo byonna, era y'esinga.

Nga tewanayita kiseera kiwanvu ng'amaze okutandikawo ekanisa yange, waliwo omulwadde eyali abuzaako akatono afe era ng'ali mu bulumi bw'amaanyi obwava ku kusanyalala ne kansa yaleetebwa gye ndi ng'asituliddwa. Yali tasobola kwogera kubanga olulimi lwe lwali lwakalambala era nga tasobola kwekyusa kubanga omubiri gwonna gwali gwasanyalala. Olw'okuba abasawo baali balemereddwa, omukyala w'omulwadde, eyali akkiririzza mu maanyi ga Katonda, n'awa bba amagezi okubikwasa Katonda byonna. Ng'akitegedde nti engeri yokka gyasobola okukomyawo obulamu bwe kwali kwekwata ku Katonda n'okumwegayirira, omulwadde yagezaako okusinza we yali agalamidde era ne mukyala we ne yeegayirira nnyo Katonda mu kukkiriza n'okwagala. Bwe nnalaba okukkiriza kw'ababiri, nange n'ensabira omusajja ono n'omutima gwange gwonna. Era bwe waayitawo akaseera, omusajja eyali ayigganyiza mukyala we olw'okukkiririza mu Yesu yatandika okwenenya ng'awaayo omutima gwe, era bwatyo ne Katonda n'asindika amaanyi g'okuwonya, agayokya omubiri gw'omusajja n'amaanyi g'Omwoyo Omutukuvu, ne gatukuza omubiri gwe. Alleluya! Nga ekikulu ekiviirako endwadde bwe kyali kyokyeddwa, omusajja teyalwa n'atandika okutambula n'okudduka, era n'atereera. Kiba tekyetaasiga kubanyumiza nga ba memba b'ekanisa ya Manmin bwe baatendereza ennyo Katonda ne basanyuka nga balabye omulimu gwa Katonda ogw'okuwonya ogw'ewuunyisa.

### 3. Naye Mmwe Abatya Erinnya Lyange

Katonda waffe ye Katonda Ayinza byonna eyatonda buli kimu mu nsi ne Ekigambo Kye era n'atonda omuntu okuva mu nfuufu. Olw'okuba Katonda ow'ekika kino afuusa Kitaffe, ne bwe tulwaala, bwe twesigama ku Ye mu byonna n'okukkiriza kwaffe, Ajja kukiraba era akkirize okukkiriza kwaffe era atuwonye mu ssanyu. Si kikyamu okuwonera mu ddwaliro, naye Katonda Yeenyumiriza mu baana Be abakkiriza nti ye Katonda asinga sayansi owa buli kika nti era ye Katonda asinga Amaanyi, mukaabirire n'amaanyi go gonna, ofune okuwonyezebwa era otendereza Katonda.

Mu 2 Bassekabaka 20:1-11 mulimu olugero olwa Keezeekiya, kabaka wa Yuda, eyalwala ennyo kumpi kufa obwakabaka bwa Bwasuli bwe bwalumba obwakabaka bwe, naye n'awonyezebwa bulungi nnyo oluvanyuma lw'ennaku ssatu ng'amaze okwegayirira Katonda era ne nnaku ze ku nsi n'ezongezebwaamu ennaku kkumi na ttaano.

Okuyita mu nnabbi Isaaya, Katonda y'agamba Keezeekiya *"Teekateeka ennyumba yo; kubanga ogenda kufa so togenda kulama"* (2 Bassekabaka 20:1; Isaaya 38:1). Kwe kugamba, Keezeekiya yali asaliddwa ogw'okufa era nga yali agambiddwa okuteekerateekera okufa kwe era atereze ensonga z'omu maka ge n'obwakabaka bwe. Kyokka, Keezeekiya amangu ddala n'akyusiza amaaso ge ku kisenge n'akaabirira Mukama (2 Bassekabaka 20:2). Kabaka yali akitegedde nti endwadde ye yajja olw'enkolagana wakati we ne Katonda, n'assa buli kimu ebbali, era n'asalawo okusaba.

Nga Keezeekiya ali mu kusaba n'omutima gwe gwonna nga bwakaaba, Y'agamba era n'asuubiza kabaka nti, *"Mpulidde okusaba kwo, ndabye amaziga go: Laba, ndyongera ku nnaku zo emyaka kkumi n'etaano. Era ndikuwonya gwe n'ekibuga kino mu mukono gwa kabaka w'e Bwasuli: era ndirwanirira ekibuga kino"* (Isaaya 38:5-6). Tusobola n'okulowoozaamu amaanyi n'okwewaayo Keezeekiya kwe yasaba Katonda bwe yamugamba nti "Mpulidde okusaba kwo, ndabye amaziga go." Katonda eyaddamu okusaba kwa Keezeekiya yawonyeza ddala kabaka asobole okwambuka mu nnyumba ya Mukama mu nnaku ssatu. Era, Katonda n'ayongezaayo obulamu bwa Keezeekiya emyaka kkumi n'etaano, era mu myaka Keezeekiya gye yali asigaza, ku nsiYakuuma ekibuga kya Yerusaalemi nga tekirumbibwa bwakabaka bwa Bwasuli.

Ye Keezeekiya yali akimanyi bulungi nti okubaawo kw'omuntu n'okufa kwe byali wansi w'obuyinza bwa Katonda, nti era okusaba Katonda kye kyali kisingayo obukulu gyali. Katonda omutima gwa Keezeekiya omuwombeefu n'okukkiriza kwe bya musanyusa, n'asuubiza okuwona kwa Kabaka, era Keezeekiya bwe yasaba akabonero akalaga okuwonyezebwa kwe, Yakola ekisiikiriza okuddayo ennyuma amadaala kkumi ge kyali kikkiddeko ku madaala ga Akazi (2 Bassekabaka 20:11). Katonda waffe ye Katonda Awonya era Taata afaayo awa abo abanoonya.

Okwawukana kw'ekyo, tusanga mu 2 Eby'omumirembe 16:12-13 nga *"Ne mu mwaka ogw'amakumi asatu mu mwenda ogw'okufuga kwe Asa n'alwala ebigere; endwadde ye n'enyiikira nnyo: naye bwe yalwala n'atagenda eri Mukama naye eri abasawo, Asa ne yeebakira wamu ne bajjajjaabe n'afiira mu mwaka ogw'ana mu gumu ogw'okufuga kwe."* Bwe yali yakajja ku ntebe, *"Asa n'akola ebyali mu maaso ga Mukama ebirungi nga Dawudi kitaawe"* (1 Bassekabaka 15:11). Okusooka yali mufuzi mulungi naye n'agenda nga ng'akendeeza okukkiriza kwe mu Katonda era n'atandika okwesigama ennyo ku muntu, kabaka ono teyafuna buyambi kuva ewa Katonda. Baasa, kabaka wa Isiraeri, bwe yatabaala Yuda, Asa yeesigama ku Benikadadi, kabaka wa Busuuli, mu kifo ky'okutuukirira Katonda. Era olwa kino Asa n'anenyezebwa omulabi Kanani, naye teyakyuusa mu mbeera ze kyokka n'asiba omulabi era n'abonyaabonya abantu be bennyini (2 Eby'omumirembe 16:7-10).

Nga Asa tannatandika kwesigama ku kabaka wa Aramu, Katonda yalemesanga eggye erya Aramu lireme okutabaala Yuda. Kyokka okuva Asa bwe yeesigama ku kabaka wa Aramu mu kifo kya Katonda we, kabaka wa Yuda yali takyasobola kufuna buyambi okuva ku Ye. Era, Asa yali takyamusanyusa oyo ey'agendanga mu basawo mu malwaliro mu kifo ky'okwegayirira Katonda. Yensonga lwaki Asa kyamutwalira emyaka ebiri gyokka okufa bwe yakwatibwa endwadde y'ebigere. Wadde Asa yayatulanga okukkiriza kwe mu Katonda, olw'okuba teyalaga kikolwa kyonna kiraga ekyo kye yayogeranga yalemwa okukaabirira Katonda, Katonda Ayinza byonna bwatyo Yali talina kyayinza kukolera kabaka.

Amaanyi g'okuwonya okuva ewa Katonda waffe g'asobola okuwonya obulwadde obwa buli kika okuba nga n'abagongobadde basobola okuyimirira ne batambula, abazibe ne batandika okulaba, bakiggala ne bawulira, n'abafudde ne bazuukira. N'olwekyo, kubanga Katonda Awonya alina amaanyi agataliiko kkomo, obunene bw'ekirwadde si kikulu. Okuva ku bulwadde obutono ddala nga ssennyiga okutuuka kw'ekyo ekizibu ennyo nga Kansa, eri Katonda Awonya endwadde zino ze zimu. Ekikulu ekisinga obukulu gwe mutima gwe tujjiramu mu maaso ga Katonda: guba nga ogwa Asa oba ogwa Keezeekiya.

K'okkirize Yesu Kristo, ofune eky'okuddamu eri ekizibu eky'ekibi, obeere ng'oyitibwa mutuukirivu olw'okukkiriza, osanyuse Katonda n'omutima omuwombeefu n'okukkiriza okugobererwa ebikolwa okwa Keezeekiya, owonyezebwa buli kika kya bulwadde bwonna, bulijjo obeere nga otambulira mu mu bulamu obutalina ndwadde, mu linnya erya lya Mukama waffe Nsabye!

Essuula 2

# Oyagala Okuba Omulamu?

Ne wabaawo omuntu eyali n'endwadde
nga yaakamala emyaka amakumi asatu mu munaana.
Yesu bwe yalaba oyo ng'agalamidde,
n'ategeera nga yaakamala ennaku nnyingi,
n'amugamba nti "Oyagala okuba omulamu?"

---

Yokaana 5:5-6

## 1. Oyagala Okuba Omulamu?

Waliwo abantu ba bika bingi, abaali tebamanyi Katonda mu kusooka, nga tebamunoonya, wadde okujja mu maaso Ge. Abamu bajja Gyali nga bagoberera emitima gyabwe emirungi ate abalala ne bajja okumusisinkana oluvanyuma lw'okubuulirwa enjiri. Abalala ne bajja okuzuula Katonda nga bamaze kuyita mu mbeera enzibu gamba nga emirimu gyabwe okugaana oba okuba n'ebizibu mu maka gaabwe. Era abalala ne bajja Gyali n'omutima oguli mu bwangu nga bamaze okuyita mu bulumi obungi ennyo mu mibiri gyabwe oba okutya okufa.

Nga omulwadde eyali amaze n'obulwadde okumala emyaka asatu mu munaana eyali agalamidde okumpi n'ekidiba ekiyitibwa Basesuda bwe yali akoze, okusobola okukwasa obulwadde bwo bwonna eri Katonda n'okufuna okuwonyezebwa, omuntu alina okwagala ennyo okuwona okusinga ekintu ekirala kyonna.

Mu Yerusaalemi awali Omulyango gw'Endiga, waaliwo ekidiba kye bayita mu Lwebbulaniya "Basesuda." Kyaliko ebigango bitaano. Era ng'omwo mwagalamirangamu ekibiina ky'abalwadde, abazibe b'amaaso, abalema, abakoozimbye. Kubanga kyali kimanyiddwa nti mu biseera ebimu, malayika wa Katonda yakkanga mu kidiba n'abimbisa amazzi. Era nga kikkirizibwa nti oyo eyasookanga okugendamu ng'amazzi gamaze okubimba mu kidiba, erinnya lyakyo eryali litegeeza "Ennyumba ey'Okusaasira," yawonanga obulwadde bwe bwe yabanga nabwo.

Bwe yalaba omulwadde eyali amaze n'obulwadde emyaka asatu mu munaana ng'ali awo ku kidiba, era olw'okuba yali amanyi ebbanga omusajja ono lyamaze ng'alwadde, Yesu n'amubuuza, "Oyagala okuba omulamu?" Omulwadde n'amuddamu nti, *"Ssebo, sirina muntu ansuula mu kidiba amazzi we geeserera: nze we njijira, omulala ng'ansoose okukkamu"* (Yokaana 5:7). Okuyita mu kino, yabuulra Mukama nti wadde yali ayagala nnyo okuwona, yali tasobola tasobola kweyamba yekka. Mukama waffe n'alaba omutima gw'omusajja ono, era n'amugamba, *"Golokoka, weetikke ekitanda kyo,"* amangu ago omuntu n'aba mulamu: ne yeetikka ekitanda kye, n'atambula (Yokaana 5:8).

## 2. Olina Okukkiriza Yesu Kristo

Omusajja eyamala n'obulwadde emyaka asatu mu munaana yasisinkana Yesu Kristo, era n'awonerawo amangu ago. Bwe yatandika okukkiririza mu Yesu Kristo, ensulo y'obulamu obwa ddala, omusajja yasonyiyibwa ebibi bye byonna era endwadde ye n'ewona.

Omu ku mmwe ali mu bulimi olw'obulwadde? Bw'oba ng'oli mu kubonaabona n'endwadde era ng'oyagala okugenda mu maaso ga Katonda ofune okuwonyezebwa, olina okusooka okukkiriza Yesu Kristo, ofuuke omwana wa Katonda, era osonyiyibwe okusobola okugyawo olukomera wakati wo ne Katonda. Olwo olina okukkiriza nti Katonda yasinga sayansi yenna era yasinga amaanyi gonna, Asobola okukola eky'amagero kyonna. Era olina okukkiriza nti twanunulibwa mu ndwadde zaffe olw'emiggo egyakubwa Yesu, era nti bw'onoonya mu linnya erya Yesu Kristo ojja kuwonyezebwa.

Bwe tusaba n'okukkiriza okw'ekika kino, Katonda ajja kuwulira okusaba kwaffe okw'okukkiriza era alage emirimu gy'okuwonyezebwa. Si nsonga oba endwadde yo erudde wo nnyo oba nzibu nnyo, kakasa anti owaddeyo ebizibu byo byonna eri Katonda, ng'ojjukira nti osobola okufuuka omulamba nate mu bwangu awo Katonda ow'amaanyi bwakuwonya.

Akoozimbye ayogerwako mu Makko 2:3-12 bwe yasooka okuwulira nti Yesu yali azze mu Kaperunawumu, omusajja yayagala okugenda mu maaso Ge. Bwe yawulira nti Yesu awonya abantu endwadde ez'enjawulo, nti agoba emyoyo emibi, n'okuwonya abagenge, akoozimbye yalowooza nti singa akkiriza naye asobola okufuna okuwonyezebwa. Akoozimbye bwe yalaba nga talina bwatuuka kumpi ne Yesu olw'ekibiina ekinene ekyali kimwetooloode, ng'ayambibwako mikwano gye ne babikkula waggulu ku nnyumba Yesu mwe yali era akoozimbye ne bamussiza ku kitanda kwe yali agalamidde n'atuuka awali Yesu.

Olowooza kwagala kwenkana ki okw'okugenda awali Yesu akozimbye kwe yalina okutuuka okukola ekintu nga kino? Yesu yakola atya Akozimbye, eyali tasobola kwetaaya era nga tasobola na kutambula okutuuka ku Yesu olw'ekibiina ekinene, bwe yalaga okukkiriza kwe n'okwewaayo ng'ayambibwako mikwano gye? Yesu teyanenya akoozimbye olw'empisa embi ze yakola wabula yamugamba, "Mwana wange, ebibi byo bikuggiddwako," era n'amukkiriza okuyimirira n'okutambula amangu ago.

Mu Ngero 8:17 Katonda atugamba, *"Njagala abo abanjagala; N'abo abanyiikira okunnoonya balindaba."* Bw'obeera oyagala obutabeera mu bulumi bwa ndwadde, olina okusooka okuyaayaanira okuwona, okkiririze mu maanyi ga Katonda agasobola okugonjoola ekizibu ky'obulwadde, era okkirize Yesu Kristo.

### 3. Olina Okumenyaamenya Ekisenge ky'ebibi

Ne bwokkiriza otya nti osobola okuwonyezebwa amaanyi ga Katonda, Tasobola kukola mu ggwe bwe mubaamu ekisenge ky'ebibi wakati wo ne Katonda. Yensonga lwaki mu Isaaya 1:15-17, Katonda atugamba *"Era bwe munaayanjalanga engalo za mmwe, naabakwekanga amaaso gange: weewaawo, bwe munaasabanga ebigambo ebingi, siiwulirenga: emikono gyammwe gijjudde omusaayi. Munaabe, mwerongoose; muggyengawo obubi bw'ebikolwa bya mmwe bive mu maaso gange; mulekenga okukola obubi: muyige okukolanga obulungi; mugobereranga eby'ensonga, mudduukirenga ajoogebwa, musalenga omusango gwatalina kitaawe, muwolerezenga nnamwandu,"* era mu lunyiririra oluddako 18 Atusuubiza, *"Mujje nno tuteese ffembi bw'ayogera Mukama: ebibi byammwe ne bwe biba ng'olugoye olumyufu binaaba byeru ng'omuzira; ne bwe bitwakaala ng'ebendera, binaaba ng'ebyoya by'endiga."*

Na bino na byo tubisanga mu Isaaya 59:1-3:

*Laba, omukono gwa MUKAMA teguyimpawadde n'okuyinza ne gutayinza kulokola; so n'okutu kwe tekumuggadde, n'okuyinza ne kutayinza kuwulira. Naye obutali butuukirivu bwammwe bwe bwawudde mmwe ne Katonda wammwe n'ebibi byammwe bye bimukwesezza amaaso, n'atayagala kuwulira. Kubanga emikono gyammwe gyonoonese n'omusaayi, engalo za mmwe n'obutali butuukirivu, emimwa gyammwe gyogedde eby'obulimba, olulimi lwammwe luvulungutana eby'ekyejo.*

Abantu abatamanyi Katonda era nga tebannakkiriza Yesu Kristo, era nga babadde batambula ku bwabwe nga kye baagala kye bakola tebategeera nga b'onoonyi. Abantu bwe bakkiriza Yesu Kristo ng'omulokozi waabwe era ne bafuna Omwoyo Omutukuvu ng'ekirabo, Omwoyo Omutuku ajja kulumiriza ensi olw'ekibi n'olw'obutuukirivu era n'omusango, era bajja kukkiriza era beenenye nti ddala b'onoonyi (Yokaana 16:8-11).

Wabula, kubanga waliwo embeera abantu mwe batamanyidde mu bujjuvu ekibi kye ki, ne babeera nga tebasobola kweggyako kibi n'obubi mu bo olwo basobole okufuna okuddibwamu okuva eri Katonda, Balina okusooka okumanya biki ebitwalibwa nga bibi mu maaso Ge. Kubanga endwadde zonna ziva ku kibi, okujjako nga weetunuddemu bw'obadde emabega n'omenyaamenya ekisenge ky'ebibi lw'osobola okufuna eky'amagero kya Katonda mu bwangu. Katwongere okutunuulira ebyawandiikibwa kye byogera ku kibi n'engeri gye tuyinza okumenyaamenya ekisenge ky'ekibi.

### 1) Olina okwenenya olw'okuba wali tokkiririza mu Katonda n'okukkiriza Yesu Kristo.

Baibuli etugamba nti obutakkiriza bwaffe mu Katonda n'obutakkiriza Yesu Kristo ng'Omulokozi waffe kibeera kibi (Yokaana 16:9). Abatakkiriza bangi bagamba nti beeyisa bulungi naye abantu bano tebayinza kwemanya bulungi kubanga tebamanyi Kigambo ky'amazima – ekitangaala kya Katonda – era tebasobola kwawulawo wakati w'ekirungi n'ekibi.

Wadde omuntu yeekakasa nti ye yatambulanga bulungi, obulamu bwe bwe bwesigamizibwa ku mazima, nga kino kye kigambo kya Katonda ayinza byonna eyatonda buli kimu kyonna mu nsi era nga yafuga obulamu, okufa, ebikolimo, n'emukisa, obutali butuukirivu bungi n'agatali mazima bijja kuzuulibwa. Yensonga lwaki Baibuli etugamba, *"Tewali mutuukirivu n'omu"* (Abaruumi 3:10), era nti *"Kubanga olw'ebikolwa by'amateeka alina omubiri yenna taliweebwa butuukirivu mu maaso ge kubanga amateeka ge gamanyisa ekibi"* (Abaruumi 3:20).

Bw'okkiriza Yesu Kristo era n'ofuuka omwana wa Katonda ng'omaze okwenenya olw'okubutakkiririza mu Katonda n'okukkiriza Yesu Kristo, Katonda Ayinza byonna ajja kufuuka taata wo, era ojja kufuna eby'okuddamu eri buli ndwadde yonna gy'olina.

2) Olina okwenenya olw'okuba wali toyagala baganda bo.
Baibuli etugamba *"Abaagalwa, nga Katonda bwe yatwagala bw'atyo, naffe kitugwanira okwagalananga"* (1 Yokaana 4:11). Era etujjukiza nti tulina n'okwagala abalabe baffe (Mataayo 5:44). Bwe tuba nga twali tetwagala baganda baffe, twalinga tujeemera Ekigambo kya Katonda, nga n'olwekyo twonoona.

Kubanga Yesu yalaga okwagala Kwe eri abantu bonna abaali batambulira mu kibi n'obubi nga bamukomerera ku musalaba, kale kiba kitugwanira ffe okwagala bazadde baffe, abaana, ne baganda baffe saako bannyina ffe. Si kituufu mu maaso ga Katonda ffe okukyawa era ne tutasonyiwa olw'obuntu obutaliimu ne tuba nga tukyawa n'obutategeeragana na bannaffe.

Mu Mataayo 18:23-35, Yesu atuwa olugero luno:

> *Obwakabaka obw'omu ggulu kye buva bufaananyizibwa n'omuntu eyali kabaka, eyayagala okubala omuwendo n'abaddu be. Bwe yasooka okubala ne bamuleetera omu gw'abanja ettalanta akakumi. Naye kubanga teyalina kya kusasula, mukama we n'alagira okumutunda, ne mukazi, n'abaana be, n'ebintu byonna by'ali nabyo, ebbanja liggwe. Awo omuddu n'agwa wansi n'amusinza ng'agamba nti Mukama wange, mmanja mpola, nange ndikusasula byonna, Mukama w'omuddu oyo n'amusaasira, n'amutta, n'amusonyiwa ebbanja. Naye omuddu oyo n'afuluma, n'asanga muddu munne, gwe*

*yali abanja eddinaali ekikumi, n'amukwata, n'amugwa mu bulago, ng'agamba nti Sasula ebbanja lyange. Awo muddu munne n'agwa wansi n'amwegayirira ng'agamba, nti Mmanja mpola, nange ndikusasula. N'atakkiriza: naye n'agenda n'amuteeka mu kkomera, amale okusasula ebbanja. Awo baddu banne bwe baalaba bwe bibadde, ne banakuwala nnyo, ne bagenda ne babuulira Mukama waabwe ebigambo byonna ebibaddeyo. Awo mukama we n'amuyita n'amugamba nti Ggwe omuddu omubi n'akusonyiwa ebbanja liri lyonna, kubanga wanneegayirira; naawe tekikugwanidde kusaasira muddu munno, nga nze bwe nakusaasira ggwe? Mukama we n'asunguwala, n'amuwa mu bambowa amale okusasula ebbanja lyonna. Bw'atyo Kitange ali mu ggulu bw'alikola, bwe mutasonyiwa mu mutima gyammwe buli muntu muganda we.*

Wadde tufunye okusonyiyibwa kwa Kitaffe Katonda n'ekisa Kye, tetusobola oba tetwagala okusonyiwa ensobi z'abaganda baffe, wabula ne tusalawo okubaggulako empalana, n'okukubagana, okuwalaggana n'okusomoozagana?

Katonda atugamba nti *"Buli muntu yenna akyawa muganda we ye mussi; era mumanyi nga tewali mussi alina obulamu obutaggwaawo nga bubeera mu ye"* (1 Yokaana 3:15), *"Bwatyo Kitange ali mu ggulu bw'alibakola, bwe mutasonyiwa mu mitima gyammwe buli muntu muganda we"*

(Matayo 18:35), era n'atukubiriza *"Temwemulugunyanga, ab'oluganda, mwekka na mwekka, muleme okusalirwa omusango; laba, omusazi w'emisango ayimiridde ku luggi"* (Yakobo 5:9).

Tulina okukitegeera nti, bwe tuba twali tetwagala wabula nga tuwalana baganda baffe, olwo, naffe, tuba twayonoona era tetujja kujjuzibwa Mwoyo Mutukuvu mpozzi okulumizibwa. N'olwekyo, baganda baffe ne bwe batukyawa era ne batukola bubi, tetulina kubakyawa wadde okubakola obubi nga tubasasula wabula tulina okukuuma emitima gyaffe n'amazima, n'okutegeera, ne tubasonyiwa. Emitima gyaffe girina okusabira mu kwagala ab'oluganda abo. Bwe tutegeera, ne tusonyiwa, era ne twagala banaffe n'okuyambibwa kw'Omwoyo Omutukuvu, Katonda naye ajja kutulaga okusaasira Kwe, era alage emirimu gy'okuwonya.

### 3) Olina okwenenya singa wali osaba ng'olina bye weenoonyeza.

Yesu yawonya omulenzi eyaliko Dayimooni atayogera, Abayigirizwa Be ne bamubuuza, *"Lwaki ffe tetwayinzizza ku mugoba?"* (Makko 9:28) Yesu n'abaddamu nti, *"Engeri eno teyinzika kuvaako lwa kigambo wabula olw'okusaba"* (Makko 9:29).

Okusobola okubaako okuwonyezebwa kw'otuukako, okusaba n'okwegayirira kulina okubaawo. Kyokka, okusaba ng'olina kye- weenoonyeza tekujja kuddibwaamu kubanga Katonda takusanyukiramu. Katonda atulagidde, *"Kale oba nga mulya, oba nga munywa, oba nga mukola ekigambo kyonna kyonna, mukolenga byonna olw'ekitiibwa kya Katonda"* (1 Abakkolinso 10:31). N'olwekyo, ekigendererwa ky'okusoma kwaffe n'okufuna ettuttumu oba amaanyi byolina birina kuba lw'ekitiibwa kya Katonda. Tusanga mu Yakobo 4:2-3, *"Mwegomba so temulina: mutta, era mwegomba so temuyinza kufuna; mulwana era mutabaala: temulina kubanga temusaba. Musaba ne mutaweebwa kubanga musaba bubi, mulyoke mubikoze okwegomba kwammwe."*

Okusaba okuwonyezebwa okusobola okufuna obulamu obutalina ndwadde kuba kwa kutendereza Katonda; ojja kufuna okuddibwaamu bw'onoosaba. Kyokka, bw'otafuna kuwonyezebwa wadde okusabye, kibaawo lwakuba oyinza okuba olina ky'onooya ekitali kituufu mu mazima Katonda ne bwaba ayagala okukuwa ebisingawo ebbanga eddene.

Kusaba kwa kika ki okunaasanyusa Katonda? Nga Yesu mu Matayo 6:33 bwatugamba, *"Naye musooke munoonye obwakabaka bwe n'obutuukirivu bwe; era ebyo byonna mulibyongerwako,"* mu kifo ky'okweraliikirira emmere, engoye, n'ebiringa ebyo, tulina okusooka okusanyusa Katonda nga tusabira obwakabaka Bwe n'obutuukirivu, n'olw'okubuulira enjiri saako okwetukuza. Olwo lwokka Katonda lw'anaddamu okuyaayaana kw'omutima gwo era akuwonyeze ddala obulwadde bwo.

**4) Olina okwenenya singa obadde osabira mu kubuusabuusa.**

Katonda asanyukira okusaba okulaga okukkiriza kw'omuntu. Ku kino tusanga mu Abaebulaniya 11:6, *"Era awataba kukkiriza tekiyinzika kusiimibwa: kubanga ajja eri Katonda kimugwanira okukkiriza nga Katonda waali, era nga ye mugabi w'empeera eri abo abamunoonya."* Mu ngeri y'emu, Yakobo 1:6-7 watujjukiza nti, *"Naye asabenga mu kukkiriza, nga taliiko ky'abuusabuusa: kubanga abuusabuusa afaanana ng'ejjengo ery'ennyanja eritwalibwa empewo ne lisuukundibwa. Kubanga omuntu oyo talowoozanga ng'aliweebwa ekintu kyonna eri Mukama waffe."*

Okusaba okukolebwa mu kubuusabuusa kulaga obutakkiriza bw'omuntu mu Katonda Ayinza byonna, okuswazaswaza amaanyi Ge, era ng'amufuula Katonda atasobola. Olina okwenenyezaawo, ofaanane nga bajjajja b'okukkiriza, era osabe n'omutima, n'amaanyi go gonna okusobola okufuna okukkiriza okukusobozesa okukkiririza mu mutima gwo.

Emirundi mingi mu Baibuli, tusanga nga Yesu yayagalanga nnyo abo abalina okukkiriza okw'amaanyi, n'abalonda ng'abakozi Be, era n'atuukiriza obuweereza Bwe n'abo oba okuyita mu bo. Abantu bwe baalemererwanga okulaga okukkiriza kwabwe, Yesu yanenya n'omuyigirizwa We olw'okukkiriza kwe okutono (Mataayo 8:23-27), wabula yasiimanga nnyo n'okwagala abo abaalinanga okukkiriza okw'amaanyi, ne bwe babanga ba mawanga (Mataayo 8:10).

Osaba otya era kika kya kukkiriza ki ky'olina?

Omwami w'ekitongole mu Mataayo 8:5-13 yajja eri Yesu n'amwegayirira okuwonya omuddu we eyali agalamidde mu nnyumba ye nga akoozimbye nga ali mu bulumi bungi. Yesu bwe yagamba ow'ekitongole nti, *"Najja ne mmuwonya,"* (olu. 7) ow'ekitongole n'amuddamu nti, *"Mukama wange, sisaanira ggwe okuyingira wansi w'akasolya kange; naye yogera kigambo bugambo, mulenzi wange anaawona,"* (olu. 8) n'alaga Yesu okukkiriza kwe okw'amaanyi. Bwe yawulira ebigambo by'omwami w'ekitongole, Yesu yasanyuka nnyo era n'amusiima. *"Sinnalaba kukkiriza Kunene nga kuno newakubadde mu Iisraeri"* (olu. 10). Omuddu w'owekitongole yawonyezebwa mu ssaawa eyo.

Mu Makko 5:21-43 walaga embeera ey'okuwonyezebwa ey'ewunyisa. Yesu bwe yali ku nnyanja, omu ku bakulu b'ekung'aniro ayitibwa Yayiro n'ajja bwe yamulaba, n'avuunama ku bigere bye. Yayiro ne yeegayirira Yesu. *"Omuwala wange omuto ali kumpi n'okufa; nkwegayirira ojje omusseeko emikono, adde mu mbeera ye alamuke"* (olu. 23).

Yesu bwe yali agenda ne Yayiro, awo omukazi eyali alwalidde ekikulukuto ky'omusaayi emyaka kkumi n'ebiri najja Waali. Yali alabye abasawo ab'enjawulo bangi era ng'abawadde byonna bye yalina, kyokka nga mu kifo ky'okuwona yeeyongera kuba bubi.

Omukazi ono yali awulidde nti Yesu yali kumpi era wakati w'ekibiina ekinene ekyali kigoberera Yesu, n'ajjira emabega We n'akoma ku kyambalo Kye. Kubanga omukazi oyo yakkiriza nti, *"Bwe nkomako obukomi ku byambalo Bye, nnaawona,"* (olu. 28) omukazi bwe yateeka omukono gwe ku kyambalo kya Yesu, amangu ago ensulo y'omusaayi n'ekalira; era n'awulira nga omubiri gwe okubonaabona kwonna kwali kuguvuddeko. Amangu ago Yesu, bwe yategeera munda mu ye amaanyi agamuvuddemu, n'akyuka mu kibiina n'agamba, *"Ani akomye ku byambalo byange?"* (olu. 30) omukazi bwe yavaayo n'ayogera amazima, Yesu n'agamba omukazi, *"Omuwala, okukkiriza kwo kukuwonyezza; weegendere n'emirembe, owonere ddala ekibonoobono kyo"* (olu. 34). Y'awa omukazi obulokozi saako n'omukisa gw'okubeera omulamu.

Mu kiseera ekyo, abantu okuva ew'omukulu w'ekkung'aniro ne bajja, nga bagamba nti, *"Omuwala wo afudde"* (olu. 35). Yesu n'akakasa Yayiro era n'amugamba nti, *"Totya kkiriza bukkiriza,"* (olu. 36) era ne yeeyongerayo mu nnyumba ya Yayiro. Awo, Yesu n'agamba abantu nti, *"Omuwala tafudde, naye yeebase bwebasi,"* (olu. 39) era n'agamba omuwala, *"'Talisa kumi!' (okutegeezebwa kwakyo nti 'Omuwala, nkugamba nti Golokoka!')"* (olu. 41) Amangu ago omuwala n'agolokoka, n'atambula.

Kkiriza nti bw'osaba n'okukkiriza, n'endwadde enzibu esobla okuwonyezebwa n'abafu okuzuukira. Bw'oba nga waalinga osabira mu kubuusabuusa okutuuka ku ssa lino, okufuna okuwonyezebwa era beera w'amaanyi nga weenenya ekibi ekyo.

**5) Olina okwenenya olw'okujeemera ebiragiro bya Katonda.**

Mu Yokaana 14:21, Yesu atugamba, *"Alina ebiragiro byange, n'abikwata, oyo nga ye anjagala: anjagala anaayagalibwanga Kitange, nange nnaamwagalanga, nnaamulabikiranga."* Mu 1 Yokaana 3:21-22 era tujjukizibwa, *"Abaagalwa, omutima bwe gutatusalira kutusinga, tuba n'obugumu eri Katonda; era buli kye tusaba akituwa kubanga

*tukwata ebiragiro bye era tukola ebisiimibwa mu maaso ge."*
Omwonoonyi tayinza kubeera mugumu mu maaso ga Katonda. Kyokka, emitima gyaffe bwe giba gy'amazima era nga tegiriiko kigirumizibwa bwe giba kipimiddwa ku Kigambo ky'amazima, tusobola okusaba nga tetutya okuva ewa Katonda ekintu kyonna.

N'olwekyo, ng'omukkiriza wa Katonda, olina okuyiga era n'otegeera amateeka ekkumi, nga ge gakola nga obufunze bw'ebitabo enkaaga mu – omukaaga abya Baibuli, era ozuule kyenkana ki obulamu bwo kye bubadde mu bujeemu.

I. Nnali mbaddeko ne katonda omulala yenna mu mutima gwange atali Katonda?

II. Nnali ntutteko omulimu gwange, eby'obugagga byange, abaana bange, obulamu bwange n'ebiringa ebyo nga bikulu okusinga Katonda era ne mbisinzanga?

III. Nnali ndayiriddeko obwereere mu Linnya lya Katonda?

IV. Bulijjo nkuuma olunaku olwa Ssabbiiti nga lutukuvu?

V. Bazadde bo obassaamu ekitiibwa?

VI. Nnali nzitiddeko ddala omuntu oba okutta mu mwoyo nga nkyawa baganda bange oba okuleetera abalala okw'onoona?

VII. Nnali nnyenzeeko, wadde mu mutima gwange?

VIII. Nnali nzibyeeko?

IX. Nnali mpayirizaako muntu munnange?

X. Nnali nneegombyeko ebintu bya mulirwana wange?

Okwongereza kw'ebyo, olina okutunulamu gy'ovudde olabe oba obadde okuumanga ebiragiro bya Katonda nga oyagala balirwana bo nga bwe weeyagala. Bw'ogondera ebiragiro bya Katonda era n'omusaba, Katonda ow'amaanyi ajja kukuwonya ekika ky'obulwadde kyonna.

**6) Olina okwenenya olw'okuba wali tosiga mu Katonda.**

Nga Katonda bw'afuga buli kimu mu nsi yonna, Ataddewo amateeka ag'ensi ey'omwoyo era, nga omulamuzi ow'amazima Afuga era n'akulembera buli kintu nga bwe kirina okuba.

Mu Danyeri 6, Kabaka Daliyo yateekebwa mu mbeera enzibu mwe yali tayinza kutaasiza muddu we gwe yali ayagala ennyo Danyeri obutasuulibwa mu bunya bwa mpologoma, wadde nga yeeyali kabaka. Olw'okuba yali ataddewo etteeka era n'ateekako akabonero ke, Daliyo yali tayinza kuwakanya tteeka ye yennyini lye yali ataddewo. Singa kabaka yeeyasooka okujeemera etteeka, ani yandirigondedde? Yensonga lwaki, wadde omuddu we omwagalwa Danyeri yali anaatera okusuulibwa mu bunya bw'empologoma olw'enkwe z'ababi, Daliyo yali talina kyasobola kukola.

Mu ngeri y'emu, nga Katonda bw'atamenya wadde okujeemera amateeka Ye Yennyini ge yateekawo, buli kimu mu nsi yonna kitambuzibwa mu nkola ennungi wansi w'obuyinza Bwe. Yensonga lwaki wagamba nti, *"Temulimbibwanga; Katonda tasekererwa: kubanga omuntu kyonna ky'asiga era ky'alikungula"* (Abaggalatiya 6:7).

Gy'okoma okusiga mu kusaba, ojja kufuna okuddibwaamu era okule mu mwoyo, era omuntu wo ow'omunda ajja kuddizibwaamu amaanyi, era omwoyo gwo guddizibwe buggya. Bw'oba wali mulwadde oba ng'oyita mu kubonaabona naye kati ssiga obudde bwo nga oyagala Katonda nga weenyigiramu nnyo mu saviisi ez'oku kanisa, ojja kufuna omukisa gw'obulamu era owulire awatali kulimbibwa ng'omubiri gwo gukyuse. Bw'osiga obugagga mu Katonda, Ajja kukuuma eri okugezesebwa era akuwe n'omukisa ogw'obugagga obunene.

Ng'otegeera obukulu obuli mu kusiga mu Katonda, bwe wegyako essuubi ly'ensi eno eriggwaawo n'okuvunda wabula n'otandika okutereka empeera zo mu ggulu mu kukkiriza okw'amazima, Katonda Ayinza byonna ajja ku kuuma ng'oli mulamu ebiseera byonna.

N'ekigambo kya Katonda, twekenneenyezza kiki ekifuuse ekisenge wakati wa Katonda n'omuntu, era lwaki tubadde tubeera mu bulumi obw'endwadde. Singa obadde tokkiririza mu Katonda era ng'obonaabona n'endwadde, kkiriza Yesu ng'omulokozi wo era otandike obulamu mu Kristo. Totya abo abayinza okutta omubiri. Wabula, otye Oyo ayinza okusindika omubiri n'Omwoyo mu ggeyeena, kuuma nnyo okukkiriza kwo mu Katonda okulokole okuva kukuyigganyizibwa kwa Bazadde bo, baganda bo, omwagalwa wo, balamu bo, n'abalala bonna. Katonda bwakkiriza okukkiriza kwo, Ajja kukola era naawe ofuna ekisa ky'okuwonyezebwa.

Bw'oba omukkiriza kyokka ng'obonaabona n'endwadde, weetunulemu okulaba oba waliwo obubi obusigalidde mu ggwe, gamba nga obukyayi, obuggya, ensaalwa, obutali butuukirivu, obukyaafu, omulugube, okwenoonyeza ebibyo, okutemula, obukuubagano, olugambo, okwogera ku balala, amalala, n'ebiringa ebyo. Ng'osaba Katonda era n'ofuna okusonyibwa olw'okusaasira Kwe n'ekisa, era ojja kufuna okuddibwaamu eri ekizibu ky'obulwadde bwo.

Abantu bangi bagezaako okulamuza Katonda. Nga bagamba nti Katonda bwawonya obulwadde bwabwe okusooka, bajja kukkiriza mu Yesu era bamugoberere bulungi. Kyokka, kubanga Katonda amanyi munda ddala w'omutima gw'omuntu, okujjako ng'abantu batukuziddwa bulungi nnyo mu mwoyo bwajja okuwonya buli kinnoomu endwadde zaabwe ez'omubiri.

Ng'otegeera nti ebirowoozo by'omuntu n'ebirowoozo bya Katonda byanjawulo, k'osooke ogondere okwagala kwa Katonda olwo omwoyo gwo gusobole okutambula obulungi nga bw'ofuna emikisa gy'okuwonyezebwa endwadde yo, mu linnya erya Mukama waffe Nsabye!

Essuula 3

# Katonda Awonya

Oba nga oliwulira
nnyo eddoboozi lya Mukama Katonda wo,
n'okola obutuukirivu mu maaso ge,
n'owulira amateeka ge, n'okwata by'alagira byonna,
sirikuteekako ggwe endwadde zonna
ze nnateeka ku Bamisiri:
kubanga nze Mukama akuwonya.

Okuva 15:26

## 1. Lwaki Omuntu Alwala?

Wadde Katonda Awonya ayagala abaana Be bonna okubeera mu bulamu obutaliimu ndwadde, bangi ku bo babonaabona n'obulumi bw'endwadde, era nga tebasobola n'akugonjooola kizibu kya kulwala. Nga bwe wabeerawo ekyavuddeko ekintu kyonna okubaawo, waliwo ekiviirako buli ndwadde yonna. Endwadde yonna esobola okuwonyezebwa obulungi singa ekyagireeta kizuulibwa, abo bonna abaagala okuwonyezebwa baba balina okuzuula ekyaviirako obulwadde obwo. N'ekigambo kya Katonda okuva mu Kuva 15:26, tujja kweyongera okusoggola ekiviirako endwadde, era n'engeri gye tuyinza okusumululwa okuva ku ndwadde ne tubeera mu bulamu obutaliimu kulwala.

"MUKAMA" lye linnya eriyitibwa Katonda, era litegeeza "NINGA BWE NDI" (Okuva 3:14). Erinnya eryo era liraga nti ebitonde byonna ebirala biri wansi w'obuyinza bwa Ow'ekitiibwa ennyo Katonda. Engeri Katonda gye yeeyogerako nti ye "MUKAMA, akuwonya" (Okuva 15:26), tuyiga ku kwagala kwa Katonda okwo okutuwonya ennaku y'endwadde n'amaanyi ga Katonda agawonya endwadde.

Mu Okuva 15:26, Katonda atusuubiza nti, *"Oba nga oliwulira nnyo eddoboozi lya Mukama Katonda wo, n'okola obutuukirivu mu maaso ge, n'owulira amateeka ge, n'okwata by'alagira byonna, sirikuteekako ggwe endwadde zonna ze nnateeka ku Bamisiri: kubanga nze Mukama akuwonya."* N'olwekyo, bw'obeera nga olwadde nnyo, kyeraga lwattu nti obeera towulirizza na bwegendereza ddoboozi Lye, nga tokola ebyo ebituufu mu maaso Ge, era nga tewassaayo mwoyo eri amateeka Ge.

Abaana ba Katonda batuuze mu ggulu, balina okugondera amateeka ag'omu ggulu. Wabula, abatuuze b'omu ggulu bwe batagondera mateeka gaayo, Katonda tasobola kubakuuma kubanga ekibi bwe bujeemu (1 Yokaana 3:4). Olwo, amaanyi g'endwadde gajja kuwaguza, galeke abaana ba Katonda abajeemu nga bali mu bulumi bw'endwadde.

Katwekenneenye mu bujjuvu engeri gye tuyinza okulwala, ebiviirako endwadde, n'amaanyi ga Katonda Awonya gye gasobola okuwonyaamu abo abalwadde.

## 2. Eky'okulabirako omuntu mwayinza Okulwala nga Kiva ku Kw'onoona kwe

Mu Baibuli yonna, Katonda akidding'ana lunye nti ekiviirako obulwadde kye kibi. Yokaana 5:14 wasoma nti, *"Oluvanyuma Yesu n'amusanga [omusajja gwe yali awonyezza emabegako] mu yeekaalu n'amugamba nti Laba, oli mulamu: toyonoonanga nate, ekigambo ekisingako obubi kireme okukubaako."* Olunyiriri luno lutujjukiza nti omusajja ono bwanaddamu okwonoona, ajja kulwala endwadde esingawo obubi okusinga gye yali alina, era nti olw'ekibi abantu balwala.

Mu Kyamateeka Olw'okubiri 7:12-15, Katonda yatusuubiza nti *"Awo olulituuka kubanga muwulira emisango gino, ne mugikwata, ne mugikola. MUKAMA Katonda wo anaakukwatiranga endagaano n'okusaasira bye yalayirira bajjajja bo; era anaakwagalanga anaakuwanga omukisa, anaakwazanga, era anaawanga omukisa ebibala by'omubiri gwo n'ebibala by'etttaka lyo, eng'ano yo envinnyo yo n'amafuta go, ezzadde ly'ente zo n'abaana b'embuzi zo, mu nsi gye yalayirira bajjajja bo okukuwa. Onoobanga n'omukisa okusinga amawanga gonna; tewaabenga mugumba mu mmwe newakubadde omusajja newakubadde omukazzi, newakubadde mu bisibo byo. Era Mukama anaakuggyangako obulwadde bwonna so taakussengako n'emu ku ndwadde embi ez'e Misiri, z'omanyi, naye anaazissanga ku abo bonna abakukyawa."* Mu abo abakukyawa mwe muli abalina obubi n'ekibi, era endwadde zijja kuteekebwa ku bantu ng'abo.

Mu kyamateeka Olw'okubiri 28, nga eno emanyiddwa nnyo nga "Essuula ey'Emikisa," Katonda atubuulira ebika by'emikisa gye tujja okufuna bwe tugondera Katonda mu mbeera yonna era ne tugoberera ebiragiro Bye n'obwegendereza. Era atugamba ebika by'ebikolimo ebiritujjira ne bituwangula bwe tutagoberera mu bwegendereza ebiragiro Bye n'amateeka.

Naddala ebyo eby'ogeddwa mu bujjuvu bye bika by'endwadde ebijja okutukwata singa tujeemera Katonda. Waliwo kawumpuli; endwadde ezikoozimbya; omusujja; okuzimbazimba; okwokya okungi n'ekitala; okwonooneka n'okugengewala; "ejjute ery'e Misiri...; obuwere, oluwumu; n'okusiyibwa, ebitawona"; eddalu; obuzibe bw'amaaso; okusamaalirira mu mutima nga tewali akudduukirira; obulumi mu mavviivi n'amagulu ejjute ebbi eritawona, nga gava ku bigera okutuuka ku mutwe (Ekyamateeka

Olw'okubiri 28:21-35).

Nga tutegedde bulungi nti ekiviirako endwadde kye kibi, bw'oba ng'olwadde olina okusooka okwenenya olw'obutatambulira mu Kigambo kya Katonda era ofune okuwonyezebwa. Kasita ofuna okuwonyezebwa olw'okutambulira mu Kigambo kya Katonda, tolina kuddamu kw'onoona.

## 3. Embeera Omuntu Mwalwalira Wadde nga Talowooza nti Ayonoonye

Abantu abamu bagamba nti wadde teboonoonye, era balwadde. Kyokka, Ekigambo kya Katonda kitugamba nti bwe tukola ekituufu mu maaso ga Katonda, bwe tussaayo omwoyo eri ebiragiro Bye era ne tugondera amateeka ge gonna, awo Katonda ajja kuba tayinza kuganya bulumi bwa ndwadde kujja gye tuli. Bwe tuba nga tulwadde, tulina okutegeera nga wakati mu kutambula tetwakola kituufu mu maaso Ge era nga tetukuumye mateeka Ge.

Olwo, ekibi kye ki, ekyo ekiviirako endwadde?
Omuntu bw'aba amanyidde omubiri omulamu Katonda gwe yamuwa naye n'ateefuga, n'aba n'empisa embi, n'ajeemera amateeka Ge, n'akolanga ensobi, oba n'atambulira mu bulamu obuccankalamu, yeeteeka mu katyabaga ak'okulwala. Mu kibinja ky'endwadde kino mulimu endwadde ey'okujjula omukka mu

lubuto ekiva ku kulya emmere ennyingi oba okulya mu biseera ebitakwatagana, endwadde y'ekibumba eva ku kunywa sigala n'okunywa omwenge, n'ebika by'endwadde ebirala nga biva ku kukooya nnyo omubiri.

Kino kiyinza obutaba kibi okusinziira ku muntu, naye mu maaso ga Katonda kiba kibi. Okulya ennyo kibi kubanga kiraga omululu gw'omuntu n'obutasobola kw'efuga. Omuntu bw'alwala olw'okuba abadde aliira mu budde obutakwatagana, ekibi kye si butakuumira bulamu bwe ku kintu kimu oba obutakuuma ssaawa ze zaalirako, wabula olw'okuyisa obubi omubiri gwe olw'obuteefuga. Omuntu bw'alwala olw'okulya emmere etayidde bulungi, ekibi kye buba butagumiikiriza – obutakola kusinziira ku kituufu.

Oli bw'amala gakozesa akambe nga teyeegendereza ne kamusala, ekiwundu ne kitana, ekyo n'akyo kivudde ku kibi kye. Bw'aba nga ddala ayagala nnyo Katonda, Katonda yandimukuumye omuntu ono ekiseera kyonna n'atafuna bubenje. Wadde nga akoze ensobi, Katonda yandinoonyeza engeri gyamuwonyaamu, kubanga abo abamwagala Abakola bulungi, omubiri gwe tegwandisaliddwa. Amabwa n'obubenje biyinza okuba byaleeteddwa bugayaavu bwa muntu nga takoze mu ngeri gyalina kukolamu, kale byombi bino si bituufu mu maaso ga Katonda, era bwekityo ekikolwa kye ne kiba kibi.

Etteeka lye limu likola ne mu kunywa sigala n'okunywa omwenge. Omuntu bw'aba akimanyi bulungi nti okufuuwa sigala kukola bubi ebirowoozo bye, kw'onoona amawuggwe ge, era ne kuleeta ne kansa naye era n'atasobola ku muvaako, era omuntu bw'aba akimanyi nti omwenge gulimu obutwa obumulemesa okufuluma obulungi n'okwonoona ebitundu bye eby'omubiri, naye nga akyagulemeddeko, bino bikolwa bibi. Biraga bwatasobola kwefuga n'omululu gwe, n'obutayagala mubiri gwe, n'obutagoberera kwagala kwa Katonda. Bino biyinza bitya obutaba bibi?

Wadde tubadde tetukimanyi nti oba obulwadde bwonna buva ku kibi, kati tukitegedde era tukimanyi bulungi oluvanyuma lw'okwetegereza embeera ez'enjawulo era ne tuzipimira ku Kigambo kya Katonda. Tulina okugonda era ne tutambulira mu Kigambo Kye tulyoke tuwonyezebwa endwadde. Kwe kugamba, bwe tukola ebituufu mu maaso Ge, ne tussaayo omwoyo eri ebiragiro Bye, ne tukuuma amateeka Ge gonna, Ajja kutukuuma tuleme kulumbibwa ndwadde yonna ekiseera kyonna.

## 4. Endwadde eziva kukutawanyizibwa mu Bwongo n'Ebizibu ebiralala ku Bwongo

Okunoonyereza kutulaga nti omuwendo gw'abantu abalwadde endwadde z'obwongo eziva ku kutawanyizibwa mu birowoozo n'endwadde endala ez'obwongo gugenda kugenda waggulu. Singa abantu babadde bagumiikiriza ng'ekigambo bwe kitulagira, era singa basonyiwa, okuba n'okwagala, n'okutegeera okusinziira ku mazima, baba basobola okusumululwa mu bwangu mu ndwadde ng'ezo. Kyokka, ng'obubi bukyasigadde mu mitima gyabwe era obubi bubalemesa okutambulira mu

Kigambo. Obwongo obutateredde bukosa ebitundu by'omubiri ebirala n'obusobozi bw'okulwanyisa endwadde, era ekivaamu nga endwadde ziyingirawo. Bwe tutambulira mu kigambo, engeri gye tulabamu ebintu tejja kusiikuulwa, tetujja kukambuwala, era emitima gyaffe tegijja kusoomoozebwa.

Waliwo abatwetooloodde abatatunula ng'abalina obubi naye nga balabika nga balungi, kyokka nga balina obulwadde obw'ekika kino. Olw'okuba balowooza nnyo ne ku kintu ekyangu, balwala ekirwadde eky'amaanyi ddala okusinga abo abafulumya obusungu bwabwe. Obulungi obw'amazima teba nnaku ey'ebirowoozo ebikubagana empawa; wabula kwe kutegeera buli omu mu kusonyiwa n'okwagala okwefuga wamu n'okuguma.

Okwongereza kw'ekyo, abantu bwe bakola ebibi nga babimanyi, batandika okulwala endwadde z'omu bwongo n'obulumi obw'omu bwongo n'obutakakkana. Kubanga tebakola bulungi wabula b'ongera kugwa mu bubi, Okubonaabona kwabwe mu bwongo kuleetewo obulwadde. Tulina okukimanya nti okutataaganyizibwa mu bwongo n'endwadde endala ez'obwongo zireetebwa abantu-beziruma bennyini, olw'okuba zireetebwa embeera zaffe ez'ekisiru era ezijjudde obubi. Ne mu mbeera ng'eno, Katonda kwagala ajja kuwonya abo bonna abamunoonya era bafune okuwona okuva gyali. Era, Ajja kubawa n'essuubi ly'Eggulu era abakkirize okubeera mu ssanyu ly'ennyini n'okuwulira obulungi.

## 5. Endwadde okuva ew'omulabe Setaani n'azo zijja lwa kibi

Abantu abamu bawambibwa emyoyo emibi era ne babonaabona n'endwadde zonna omulabe Setaani z'abasuulako. Kino kiri bw'ekityo lwakuba bavudde ku kwagala kwa Katonda era nga bavudde ne ku mazima. Ensonga lwaki waliyo omuwendo mungi ogw'abantu abalwadde, abalina obulemu ku mibiri gyabwa, mu bantu abava mu maka agasinza ebifaananyi lwakuba Katonda akyawa nnyo okusinza-ebifaananyi.

Mu Kuva 20:5-6 tusangamu nti, *"Tobivuunamiranga ebyo, so tobiweerezanga; kubanga nze Mukama Katonda wo ndi Katonda wa buggya, abiwalana ku baana ebibi bya bajjajja baabwe okutuusa ku mirembe egy'oku bannakasatwe ne ku bannakana, egy'abantu abankyawa; era addiramu abantu nga nkumi na nkumi abanjagala, abakwata amateka gange."* Yatuwa etteeka ery'enjawulo, eritugaana okusinza bakatonda abalala. Okuva mu Mateeka Ekkumi, Amateeka abiri agasooka okutuweebwa – *"Tobanga na bakatonda balala we ndi"* (olu. 3) era *"Teweekoleranga ekifaananyi eky'ekintu kyonna kyonna, ekiri waggulu mu ggulu, newakubadde ekiri wansi ku ttaka"* (olu. 4) – tusobola okulaba engeri Katonda gye Yakyawa ennyo okusinza-ebifaananyi.

Abazadde bwe bajeemera okwagala kwa Katonda ne basinza ebifaananyi, abaana baabwe n'abo kibagoberera. Abazadde bwe batagondera Ekigambo kya Katonda era ne bakola obubi, abaana baabwe bijja kubagoberera n'abo bakole obubi. Ekibi ky'obujeemu bwe kituuka ku mulembe ogw'okusatu n'ogw'okuna, nga empeera y'ekibi bw'eri, abaana n'abazukulu bajja kubonaabona n'endwadde omubi Setaani z'abaleetera. Wadde abazadde baali basinza ebifaananyi, naye abaana baabwe okuva ku bulungi bw'emitima gyabwe, bwe basinza Katonda, Ajja kulaga okwagala Kwe n'okusaasira Abawe omukisa. Wadde abantu bali mu kubonaabona n'endwadde ezibaleeterwa omulabe Setaani olw'okuba baava ku kwagala kwa Katonda era ne babula okuva ku mazima, bwe beenenya ne bakyusa amakubo gaabwe okuva mu kibi, Katonda Awonya ajja kubatukuza. Abamu ajja kubawonyezaawo; abalala ajja kubawonya nga wayiseewo akaseera; ate abalala abawonye okusinziira ku kukula kw'okukkiriza kwabwe. Omulimu gw'okuwonyezebwa gubeerawo okusinziira ku kwagala kwa Katonda: Abantu bwe babeera n'emitima egitakyukakyuka mu maaso Ge, bajja kuwonyezebwaawo; wabula, emitima gyabwe bwe giba mikalabakalaba, bajja kuwonyezebwa ng'ekiseera kiyiseewo ko.

## 6. Tujja kubeera mu bulamu obutaliimu ndwadde bwe tutambulira mu kukkiriza

Ye Musa yali muwombeefu nnyo okusinga omusajja yenna ku nsi kuno (Okubala 12:3) era yali mwesigwa mu byonna mu nnyumba ya Katonda, yayitibwa omuddu wa Katonda omwesigwa (Okubala 12:7). Baibuli era etugamba nti Musa bwe y'afa ku myaka kikumi mu abiri, amaaso ge gaali gakyali malamu nga n'amaanyi ge ag'obuzaalirwana tegakendeddeeko wadde (Eky'amateeka olw'okubiri 34:7). Ye Ibulayimu yali musajja mulamba eyagonda mu kukkiriza era ng'atya Katonda, yamala ku nsi emyaka kikumi mu nsanvu mu etaano (Olubereberye 25:7). Danyeri yali musajja mulamu ddala wadde yalyanga bivaavava byokka (Danyeri 1:12-16), ye Yokaana omubatiza yali musajja w'amaanyi ddala wadde yalyanga nzige na mubisi gwa njuki ez'omu nsiko byokka (Matayo 3:4).

Omuntu ayinza okwewunya abantu baasigalanga batya nga balamu nga tebalya nnyama. Kyokka, Katonda bwe yasooka okutonda omuntu, Yamugamba alye nga bibala byokka. Olubereberye 2:16-17 Katonda agamba omuntu, *"Buli muti ogw'omu lusuku olyangako nga bw'onooyagalanga: naye omuti ogw'okumanya obulungi n'obubi togulyangako; kubanga olunaku lw'oligulyako tolirema kufa."* Oluvanyuma lwa Adamu okujeema, Katonda n'amulagira okulya omuddo ogw'omu nnimiro (Olubereberye 3:18), era ekibi bwe kyagenda kye yongera mu nsi, oluvanyuma lw'omusango gw'amataba, Katonda n'agamba Nuuwa mu lubereberye 9:3, *"Buli kiramu ekitambula kinaabanga kya kulya gye muli; ng'omuddo ogumera byonna mbibawadde."* Omuntu bwe yagendanga ayongera okufuuka omubi, Katonda n'abakkiriza okulya ennyama, wabula si ebyo *"eby'agaanibwa"* (Eby'abaleevi 11; Ekyamateeka olw'okubiri 14).

Mu biseera by'Endagaano Empya, Katonda yatugamba mu Bikolwa by'abatume 15:29, *"Okwewalanga ebiweebwa eri ebifaananyi, n'omusaayi, n'ebitugiddwa, n'obwenzi; bwe muneekuumanga ebyo, munabanga bulungi."* Yatukkiriza okulya emmere egasa emibiri gyaffe era n'atuwa amagezi okuva ku mmere ey'obutwa gye tuli; kiba kya mugaso nnyo gye tuli bwe tulya emmere oba okunywa ebyo ebitasanyusa Katonda. Kasita tuba nga tugoberera okwagala kwa Katonda era ne tutambulira mu kukkiriza, emibiri gyaffe gijja kusigala nga gy'amaanyi, endwadde zijja kutuleka, era tewali bulwadde bulala bujja kutujjira.

Era, tetujja kulwala bwe tunaaba tutambulira mu butuukirivu n'okukkiriza kubanga emyaka enkumi bbiri egiyise, Yesu Kristo bwe yajja mu nsi muno ne yeettikka emigugu gyo emizito gyonna. Nga bwe tukkiriza nti ng'ayiwa omusaayi Gwe, Yesu yatununula okuva mu bibi byaffe era emiggo egy'amukubwa giwonya endwadde zaffe (Matayo 8:17) kijja kukolebwa okusinziira ku kukkiriza kwaffe (Isaaya 53:5-6; 1 Petero 2:24).

Nga tetunnasisinkana Katonda, twali tetulina kukkiriza. Twabeerangawo nga tugoberera okuyaayaana kw'embala yaffe ey'ekibi era ne tubonaabona n'endwadde eza buli kika ez'avanga ku kibi kyaffe. Bwe tutambulira mu kukkiriza era ne tukola buli kimu mu butuukirivu, tujja kuweebwa omukisa ogw'emibiri emiramu.

Ebirowoozo bwe bibeera biteredde, omubiri n'agwo gujja kuba mulamu. Bwe tutambulira mu butuukirivu era ne tukola nga Ekigambo kya Katonda bwe kiragira, emibiri gyaffe gijja kujjuzibwa Omwoyo Omutukuvu. Endwadde zituveeko nga n'emibiri gyaffe bwe gibeera emiramu, nga tewali ndwadde yonna etuyingiramu. Olw'okuba emibiri gyaffe gijja kubeera mu ddembe, gijja kuwewuka, nga misanyufu, era nga miramu, tetujja kwetaaga wabula okwebaza olw'obulamu Katonda bwatuwadde.

K'otambulire mu butuukirivu n'okukkiriza omwoyo gwo gubeera nga gutambula bulungi, ojja kuwonyezebwa endwadde zo zonna n'obulumi, era obeere mulamu! K'ofuna okwagala kwa Katonda okungi nga bwogondera n'okutambulira mu Kigambo Kye – byonna bino mu linnya lya Mukama waffe Nsabye!

Essuula 4

# Olw'ebiwundu Bye Tuwonyezebwa

Mazima yeetikka obuyinike
bwaffe n'asitula ennaku yaffe,
naye twamulowooza nga yakubibwa
yafumitibwa Katonda n'abonyaabonyezebw,
naye yafumitibwa olw'okusobya kwaffe,
yabetentebwa olw'okusobya kwaffe;
okubonerezebwa okw'emirembe gyaffe kwali ku Ye;
era emiggo gye gye gituwonya.

Isaaya 53:4-5

## 1. Yesu ng'Omwana wa Katonda Yawonya Endwadde Zaffe Zonna

Ng'abantu batambula olugendo lw'obulamu bwabwe, basisinkana ebizibu ebitali bimu. Nga ennyanja bwe tabeera nteefu buli ssaawa, ku nnyanja ey'obulamu n'akwo kuliko ebizibu bingi ebiva awaka, ku mulimu, bizinensi zaffe, endwadde, obugagga, n'ebiringa ebyo. Tukujja kuba kwongeramu ssupu okugamba nti mu bizibu bino byonna mu bulamu, ekisinga obukulu z'endwadde.

Nga tetufudde ku bugagga muntu bw'alina n'amagezi, bw'agwirwa endwadde ey'omutawaana buli kimu kyonna ky'aba akoleredde mu bulamu bwe bwonna kiba tekikyamugasa wabula aba alaba agenda ku kireka. Ku ludda olumu, ng'ebintu byeyongedde okukulaakulana n'obugagga okweyongera, omuntu okwagala obulamu n'akwo gye kugenze kweyongera. Ku ludda olulala, wadde sayansi ne by'eddagala bikulaakulanye nnyo, ebika by'endwadde ebippya era ebitatera kulabikalabika – nga ku bino amagezi abantu ge babirinako matono – agagenda gazuulibwa kyokka nga gwo omuwendo gw'abantu ababirwala gugenda gweyongera. Oba olyawo eyo yensonga lwaki abantu essira balitadde nnyo ku by'obulamu ensangi zino.

Okubonaabona, endwadde, n'okufa – nga byonna biva ku kibi – biraga bulungi nti omuntu aliko wakoma. Nga bwe yali Akoze mu biseera by'Endagaano Enkadde, Katonda Awonya n'olwaleero awadde abantu abamukiririzaamu engeri gye basobola okuwonyezebwaamu endwadde zonna, n'okukkiriza kwabwe mu Yesu Kristo. Katwekenneenye Baibuli era tulabe lwaki tufuna okuddibwaamu eri ebizibu by'endwadde era ne tutambulira mu bulamu olw'okukkiriza kwaffe mu Yesu Kristo. Yesu bwe yabuuza abayigirizwa Be, "Naye mwe mumpita mutya?" Simooni Peetero n'addamu n'agamba nti, "Ggwe Kristo, Omwana wa Katonda omulamu" (Matayo 16:15-16). Okuddamu kuno kulinga okwangu, naye era kulaga bulungi nnyo nti Yesu ye Kristo yekka.

Mu biseera Bye, ekibiina ekinene kyagobereranga Yesu kubanga yawonyezangawo abantu abaalinga abalwadde. Omwali n'abaaliko zi dayimooni, abagwa ensimbu, abakoozimbye, n'abalala abaabonaabonanga n'endwadde ez'enjawulo. Abagenge, abantu abaalinanga omusujja, abalema, n'abazibe b'amaaso, n'abalala ne bawonyezebwa bwe baakwatibwangako Yesu, Baatandikanga okumugoberera n'okumuweereza. Tolaba nga kino kyali kiyitirivu? Mu kulaba eby'amagero bino n'ebyewunyisa abantu baakkiririza mu Yesu, ne bafuna eby'okuddamu eri ebizibu mu bulamu, era abalwadde ne bafuna okuwonyezebwa. Era, nga Yesu bwe yawonya abantu mu kiseera Kye, oyo ajja mu maaso Ge ne leero asobola okufuna okuwonyezebwa.

Omusajja eyali tayawukana na mulema yajja mu kusaba okw'olw'okutaano okw'ekiro kyonna nga n'akatandikawo ekanisa yange. Oluvanyuma lw'akabenje ka mmotoka ke yalimu, omusajja yali ajanjabiddwa mu ddwaliro okumala ekiseera. Wabula, olw'okuba ebinywa by'evviivi bye byali bireegulukuse, yali takyasobola kufunya vviivi lye era olw'okuba eggumba lyamu lyali terikyatambula, kyali kizibu gyali okutambula. Bwe yawulira ekigambo ekyali kibuulirwa, n'ayaayaana okukkiriza Yesu Kristo okuba omulokozi we asobole okuwonyezebwa. Bwe n'asabira omusajja ono n'amaanyi gange gonna, n'ayimiririrawo amangu ago era n'atandika okutambula n'okudduka. Nga omusajja omulema okumpi ne wankaaki ya yeekaalu eyali eyitibwa lulungi bwe yabuuka n'atambulirawo nga Petero amusabidde (Ebikolwa by'abatume 3:1-10), eky'amagero kya Katonda kyalagibwa.

Kino kikola ng'obukakafu nti buli akkiririza mu Yesu Kristo era n'afuna okusonyiyibwa mu linnya Lye asobola okuwonyezebwa endwadde ze zonna– wadde ng'abasawo abakugu z'abalema – omubiri gwe bwe guddizibwa obuggya n'eguddawo. Katonda nga y'omu jjo leero, n'emirembe gyonna (Abaebulaniya 13:8) akola mu bantu abakiririza mu Kigambo Kye n'abanoonya okusinziira ku kigera okukkiriza kwabwe, era Awonya endwadde ez'enjawulo, aggula amaaso agaaziba, n'abalema ne batambula.

Omuntu yenna akkiriza Yesu Kristo, asonyiyibwa ebibi bye, era aba afuuse omwana wa Katonda era kati abeera alina okutambulira mu bulamu obw'eddembe.

Kati katwekenneenye mu bujjuvu lwaki buli kinnoomu ku ffe asobola okubeera mu bulamu obutaliimu ndwadde kasita tutandika okukiririza mu Yesu Kristo.

## 2. Yesu Yakubibwa era N'ayiwa Omusaayi Gwe

Nga okukomererwa Kwe tukunnaba, Yesu yakubibwa

abasirikale Abaruumi era n'ayiwa omusaayi Gwe mu kkooti ya Pontiyaasi Piraato. Abasirikale Abaruumi mu kiseera Kye baalinga basajja b'amaanyi nnyo, era nga bagulumivu, era nga baatendekebwa bulungi nnyo. Anti, baali abasirikale b'obwakabaka obw'afuganga ensi yonna ebiseera ebyo. Obulumi obw'amaanyi Yesu bwe yagumira ng'abisirikale bano ab'amaanyi bamukuba tebusobola kunyonyolwa bulungi na bigambo. Buli lukuba, embooko yeetooloolanga omubiri gwa Yesu nga egirako ennyama Ye n'ereka ng'omusaayi gitiiriika okuva mu mubiri Gwe.

Lwaki Yesu, Omwana wa Katonda eyali talina kibi kyonna, wadde okubaako ebbala lyonna oba olufunyiro, yalina okukubibwa eky'enkanidde awo atuuke n'okuyiwa omusaayi ku lwaffe ab'onoonyi? Ebikwekeddwa mu bino eby'abaawo ge makulu ag'omwoyo era ag'ebuziba eg'ekigenderewa kya Katonda eky'ewunyisa.

1 Petero 2:24 watugamba nti ebiwundu bya Yesu bye bya tuwonya. Mu Isaaya 53:5 tusoma nti Emiggo Gye gye gituwonya. Emyaka nga enkumi bbiri egiyise, Yesu Omwana wa Katonda yakubibwa emiggo okutununula ffe mu nnaku y'endwadde era omusaayi Gwe ogwayiika gwali gwa bibi byaffe olw'okuba tetwatambulira mu Kigambo kya Katonda. Bwe tukkiririza mu Yesu eyakubibwa era n'ayiwa omusaayi Gwe, tujja kuba twawonyezeddwa dda endwadde zaffe. Kino kye kirabo ky'okwagala kwa Katonda n'amagezi Ge eby'ewunyisa.

N'olwekyo, ng'omwana wa Katonda bw'oba obonaabona ne ndwadde, weenenye ebibi byo era okkirize nti wawonyezeddwa dda. Kubanga *"Okukkiriza kye kinyweza ebisuubirwa, kye kitegeereza ddala ebigambo ebitalabika"* (Abaebulaniya 11:1), wadde owulira obulumi mu bifo by'omubiri gwo ebikoseddwa, olw'okukkiriza kw'oyinza okugambiramu nti, "nnawonye dda," era mazima ddala ojja kuwona mu bwangu.

Bwe nnali nga ndi mu siniya, n'akosa olumu ku mbirizi zange era lwalinga lutera okuddamu okunnuma wabula buli bwe lwaddangamu okunnuma, obulumi bw'abanga bw'amaanyi nnyo nga mbeera sisobola kussa bulungi. Mu mwaka gumu oba ebiri ng'amaze okukkiriza Yesu Kristo, obulumi bwa ddamu bwe nnali ngezaako okusitula ekintu ekizito ne mbeera nga sisobola wadde okusimbula ekigere. Wabula wadde guli gutyo, olw'okuba nnali ndabyeeko n'okukkiririza mu maanyi ga Katonda Ayinza byonna, Nnasaba n'omutima gwange gwonna, "Bwe ntambulatambula nga n'akamala okusaba, mbeera nzikkiriza nti obulumi bugenda kubeera bugenze nti era njakutambula." Bwe nnakkiririza mu Katonda wange Ayinza byonna era ne nzigyawo endowooza y'obulumi, nnasobola okuyimirira n'entambula. Kyalinga nti obulumi nnali ndowoozezzaako bulowooze.

Nga Yesu bwe yatugamba mu Makko 11:24, *"Kyenva mbagamba nti Ebigambo byonna byonna bye musaba n'okwegayirira, mukkirize nga mubiweereddwa era mulibifuna,"* bwe tukkiriza nti twawonyezeddwa dda, mazima ddala tujja kuwonyezebwa okusinziira ku kukkiriza kwaffe. Wabula, bwe tulowooza nti tetunnawonyezebwa olw'obulumi obukyaliiwo, obulwadde tebujja kuwona. Kwe kugamba, okujjako nga tumenye ekikwata endowooza zaffe, olwo buli kintu lwe kijja okukolebwa okusinziira ku kukkiriza.

Eyo yensonga lwaki Katonda atugamba nti okulowooza kw'omubiri bwe bulabe eri Katonda (Abaruumi 8:7), era n'atukubiriza tuwambe buli birowoozo tubifuule ebigonvu eri Katonda (2 Abakkolinso 10:5). Era, mu Matayo 8:17 tusanga nga Yesu yeeyatwala obunafu bwaffe n'eyetikka endwadde zaffe. Bw'olowooza nti 'Ndi munafu,' ojja kusigala ng'oli munafu. Kyokka, wadde omubiri gwo gukooye era nga guli mu buzibu obwenkana butya, bw'oyatula n'akamwa ko, "Ku lw'amaanyi ge nina n'ekisa kya Katonda n'olw'Omwoyo Omutukuvu afuga mu nze, sikooye," obukoowu bujja kuggwaawo era ojja kukyusibwa ofuuke omuntu ow'amaanyi.

Bwe tuba nga ddala tukkiririza mu Yesu Kristo eyatwala obunafu bwaffe n'eyeetikka endwadde zaffe, tulina okujjukira nti tewali nsonga lwaki tubonaabona n'endwadde.

### 3. Yesu bwe yalaba okukkiriza kwabwe

Kati olw'okuba tuwonyezeddwa endwadde zaffe olw'emigo egy'akubwa Yesu, kye twetaaga kwe kukkiriza okutusozozesa okukkiriza kino. Leero, abantu bangi tebakkiririza mu Yesu Kristo abajja mu maaso Ge n'endwadde. Abantu abamu bawonyezebwaako Katono bwe babamala okukkiriza Yesu Kristo ate abalala tebalaga nkyukakyuka yonna wadde bamaze omwezi mulamba nga basaba. Ekibinja ky'abantu ekisembyeeyo beetaaga okwetunulamu era beekenenye okukkiriza kwabwe.

Mu ebyo eby'abaawo mu Makko 2:1-12, katutunuulire era omulwadde eyali akoozimbye n'emikwano gye ena bwe baalaga okukkiriza, okwaleeta omukono gwa Mukama oguwonya okumusumulula mu ndwadde ye, era n'atendereza Katonda.

Yesu bwe yayingira mu Kaperunawumu, amawulire g'okujja Kwe ne gatuuka mangu ku bantu era ekibiina ekinene n'ekikung'ana. Yesu n'ababuulira Ekigambo kya Katonda – amazima – era ekibiina n'ekissaayo omwoyo, nga tebagala wadde ekigambo ekimu ekiva mu Yesu okubayitako. Awo wennyini, abasajja bana ne baleeta omulwadde akoozimbye nga bamwetisse naye olw'ekibiina ekinene, baalemererwa okuleeta omulwadde okumpi ne Yesu.

Wadde guli gutyo, tebaggwaamu maanyi. Balinnya waggulu ku nnyumba Yesu mwe yali, ne bawummulawo ekituli waggulu We, era ne bamussiza ku kitanda akoozimbye kwe yali. Yesu bwe yalaba okukkiriza kwabwe, N'agamba akoozimbye, "Mwana wange, ebibi byo bikuggiddwako ...golokoka, weetikke ekitanda kyo, oddeyo mu nnyumba yo," amangu aga akoozimbye n'awona kyabadde ayaayaanira era bwe yagolokoka ne yeetikka ekitanda n'afuluma mu maaso gaabwe bonna awo ne beewuunya bonna ne bagulumiza Katonda.

Omusajja eyali akoozimbye yali abonyeebonye n'ekirwadde eky'amaanyi nga yali tasobola na kwekyusa. Akoozimbye bwe yawulira amawulire ga Yesu, eyali azibudde amaaso g'abazibe, ng'ayimirizza abalema, ng'awonyezza abagenge, nga agobye emizimu, n'okuwonya abalala abaali babonaabona n'endwadde ez'enjawulo, yayagala nnyo okusisinkana Yesu. Olw'okuba yalina omutima omulungi, akoozimbye bwe yawulira amawulire ago, n'ayagala okusisinkana Yesu bw'alimanya Waali.

Awo olunaku lumu, akoozimbye n'awulira nti Yesu yali azze mu kaperunawumu. Olowooza yasanyuka kyenkana ki ng'awulidde amawulire ago? Ateekwa okuba yeebuuza ku mikwano gye abayinza okumuyamba, eky'omukisa nga ne mikwano gye girina okukkiriza, okusobola okukkiririzaawo okusaba kwa munaabwe. Kubanga ne mikwano gy'akoozimbye n'agyo gyali giwuliddeko amawulire agakwata ku Yesu, mukwano gwabwe bwe yabeegayirira ennyo okumutwala awali Yesu, bakkiriza.

Singa mikwano gy'akoozimbye gy'agaana okumuyamba ne bamusekerera, nga bagamba, "Oyinza otya okukkiriza mu bintu ebyo nga tobyerabiddeko?" tebandiyise mw'ebyo byonna bye baayitamu nga bayamba mukwano gwabwe. Kyokka, olw'okuba n'abo baalina okukkiriza, baaleetera mukwano gwabwe ku kitanda, nga buli omu akutte ku nsonda ye, era ne bawummula n'ekituli waggulu mu nnyumba.

Bwe baalaba abantu abangi abaali bakung'anye nga bamaze okubonaabona n'olugendo, era nga tebalina bwe babawagaanya okutuuka ku Yesu, olowooza baanakuwala kyenkana ki? Bateekwa okuba baasabasabako okubawa ku kkubo. wabula, olw'ekibiina ekinene eky'abantu abaali bakung'anye, teebaalaba we baali bayinza kuyita. Era ku nkomerero, baasalawo okugenda waggulu ku bbaati Yesu mwe yali, ne baliwummula, era munaabwe ne bamuyisa omwo ne bamussiza ku mukeeka okutuuka Yesu we yali. Akoozimbye yatuukirira Yesu kumpi ddala okusinga omuntu omulala yenna eyali azze kw'olwo. Okuyita mu mboozi eno, tuyiga engeri akoozimbye n'emikwano gye bwe baayaayaana okutuuka kumpi ne Yesu.

Tulina okussaayo omwoyo ku kintu ky'okuba nti akoozimbye n'emikwano gye tekyababeerera kyangu bbo okutuuka ku Yesu. Olw'okuba baayita mu mbeera zonna enzibu okutuuka ku Yesu ng'ate baali bawulidde buwulizi amawulire Agamukwatako, kitulaga nti bakkiririza mu mawulire Ge ne mu bubaka bwe yali asomesa. Era, olw'okuba baawangula ebizibu ebyali bigezaako okubalemesa, nga babigumira, n'okuwaguza okutuuka ku Yesu, Akoozimbye n'emikwano gye baalaga engeri gye baali abagonvu bwe batuuka waali.

Abantu bwe baalaba akozimbye n'emikwano gye nga balinnya waggulu ku bbaati n'okuliwummula, ekibiina kiteekwa kuba ky'aleekana n'okunyiiga ne banyiiga. Oba ekyo kye tutalowoozaako nti kyatuukawo. Kyokka, abantu abataano bano, tewali kintu kyonna wadde omuntu eyali ayinza kubalemesa. Kye baali bafa kutuuka ku Yesu, kubanga akoozimbye yali ajja kuwona, okuliwa bandiriye ebbaati lye baali bawumudde oba okulizzaawo.

Kyokka, mu bantu abangi ababoonaabona n'endwadde ez'amaanyi leero, kizibu okusanga omulwadde yennyini oba ab'omu maka ge nga balaga okukkiriza. Mu kifo ky'okuwaguza basobole okusisinkana Yesu, banguwa okugamba, "banange ndi mulwadde nnyo. Nnandyagadde okugenda naye sisobola," oba "gundi e waffe ali bubi nnyo tasobla n'akutambuzibwa." Kiruma nnyo okulaba abantu abateefiirayo abalinda obulinzi ekibala okubagwa mu kamwa nga kiva ku muti. Katugambe nti abantu ab'ekika kino babeera tebalina kukkiriza.

Abantu bwe baatula okukkiriza kwabwe mu Katonda, walina okubaawo okufuba kwe bayinza okulagiramu okukkiriza kwabwe. Kubanga omuntu tayinza kulaba ky'amagero kya Katonda olw'okukkiriza okwafunibwa ne kuteerekebwa ng'amagezi agamanyiddwa obumanye, okujjako ng'alaze okukkiriza kwe mu bikolwa, okukkiriza kwe lwe kufuuka okukkiriza okulamu era omusingi gw'okukkiriza ogw'okufuna okukkiriza-okuva eri Katonda okukkiriza okw'omwoyo lwe kunaazimbibwa. N'olwekyo, nga akoozimbye bwe yafuna eky'amagero kya Katonda eky'okuwonyezebwa ku musingi gwe ogw'okukkiriza, naffe tulina okufuuka abagezigezi naffe tumulage omusingi gw'okukkiriza – okukkiriza kwennyini – naffe tusobole, okutambulira mu bulamu mwetufunira okukkiriza-okuva ewa Katonda okw'omwoyo era tufune eby'amagero Bye.

### 4. Ebibi byo bikuggiddwako

Eri akoozimbye ey'ajja Gyali ng'ayambibwako mikwano gye ena, Yesu y'agamba, "Mwana wange, ebibi byo bikuggiddwako," era n'agonjoola ekizibu ky'ekibi. Kubanga omuntu tasobola kufuna kuddibwaamu bwe wabaawo ekisenge ky'ebibi wakati we ne Katonda, Yesu yasooka kugonjoola ekizibu ky'akoozimbye eyali azze gyali n'omusingi gw'okukkiriza eky'ekibi.

Bwe tuba nga ddala twaatula okukkiriza kwaffe mu Katonda, Baibuli etugamba endowooza gye tulina okugiramu mu maaso Ge era tweyisa tutya. Nga tugondera ebiragiro nga bino nga, "okolanga bw'oti," "Tokolanga bw'oti," "Wekuumenga kino," "Wegyeeko bino," n'ebiringa ebyo, omuntu atali mutuukirivu ajja kufuuka omuntu omutuukirivu, era alimba ajja kufuuka omuntu ow'amazima. Bwe tugondera ekigambo eky'amazima, ebibi byaffe bijja kunaazibwaawo n'omusaayi gwa Mukama waffe, era bwe tufuna okusonyiyibwa, obukuumi bwa Katonda n'ebyokuddamu bijja kuva waggulu.

Olw'okuba endwadde zonna ziva ku kibi, kasita ekizibu ky'ekibi kigonjoolwa, embeera Katonda mwakolera esobola okweraga era n'enywezebwa. Nga bbalubbu ewewuka bw'eteekebwaako n'ebyuma engeri gye bitandika okutambula nga amasanyalaze gatereddwako okuyita mu swiki, Katonda bw'alaba omusingi gw'omuntu ogw'okukkiriza, Ajja kulagira okusonyiyibwa era amuwe okukkiriza okuva waggulu, bwe kutyo kuzaale eky'amagero.

"*Golokoka, weetikke ekitanda kyo, oddeyo mu nnyumba yo*" (Makko 2:11). Ebigambo bino nga bisanyusa omutima! Ng'alabye okukkiriza kw'akoozimbye n'emikwano gye ena, Yesu y'agonjoola ekizibu kye kibi era akoozimbye n'atambulirawo. Afuuse mulamba, oluvanyuma lw'okuyaayaana okuwona okwamala ekiseera ekinene. Mu ngeri y'emu, bw'oba oyagala okufuna okuddibwaamu si eri endwadde zokka wabula n'eri ekizibu ekirala kyonna kye tuba n'akyo, tujjukire okusooka okufuna okusonyiyibwa era tufuule emitima gyaffe emiyonjo.

Abantu bwe baali bakyalina okukkiriza okutono, bayinza okuba nga baanoonya eby'okuddibwaamu ku ndwadde zaabwe nga beesigama ku ddagala n'abasawo, naye kati ng'okukkiriza kwabwe kukuze era baagala Katonda era nga batambulira mu Kigambo Kye, obulwadde tebuyinza kubajjira. Wadde baali balwadde, bwe beetunulamu bwe baali batambula, ne beenenya okuva ku ntobo y'emitima gyabwe, era ne bakyuka okuva ku ngeri zaabwe ez'ekibi, ne bawonerawo. Mmanyi bangi ku mmwe muyise mu mbeera eyo.

Emabega ko, waaliwo omukadde w'ekanisa yange yakeberebwa n'asangibwa nga akamu ku busowaani mu lugumba lwe kaali kamenyeseeko era amangu ago, n'alemererwa n'okutambula. Mu bwangu ddala, ne yeetunulamu bw'abadde atambula, ne yeenenya, era n'afuna okusaba kwange. Eky'amagero kya Katonda ne kibaawo mangu ddala era n'addamu n'aba bulungi.

Muwala we bwe yali alwadde omusujja ng'ayokya nnyo, maama w'omwana n'akizuula nti obukambwe bwe gwe gwali omulandira gw'omwana we okulwala, era bwe yakyenenyeza muwala we n'atereera.

Okusobola okulokola abantu bonna, abo olw'obujeemu bwa Adamu, abaali bakutte ekkubo ery'okuzikirira, Katonda yatuma Yesu Kristo ku nsi kuno, era nakkiriza akolimirwe n'okukomererwa ku musalaba ku lwaffe. Lwakuba Baibuli egamba, *"Awataba kuyiwa musaayi tewabaawo kusonyiyibwa,"* (Abaebulaniya 9:22) and *"Akolimiddwa buli awanikiddwa ku muti"* (Abagalatiya 3:13).

Kati nga bwe tukimanyi nti ekizibu kye ndwadde kiviira ddala ku kibi, tulina okwenenya ebibi byaffe byonna era tukkiririze ddala mu Yesu Kristo oyo eyatununula mu ndwadde zaffe zonna, era olw'okukkiriza okwo tulina okubeera mu bulamu obutalina ndwadde. Ab'oluganda bangi ennaku zino bafuna okuwonyezebwa, ne bawa obujjulizi bw'amaanyi ga Katonda, era ne babeerawo ng'abajjulizi eri Katonda Omulamu. Kino kitulaga nti buli akkiriza Yesu Kristo era n'asaba mu linnya Lye, ebizibu by'endwadde byonna bisobola okuddibwaamu. Wadde endwadde nzibu etya, bwakkiririza mu mutima gwe Yesu Kristo eyakubibwa era n'ayiwa omusaayi Gwe, okuwonyezebwa kwa Katonda okwewunyisa kuba kulagibwa.

## 5. Okukkiriza Kutuukirizibwa n'Ebikolwa

Nga akoozimbye bwe yawonyezebwa ng'ayambibwako mikwano gye ena nga bamaze okulaga Yesu okukkiriza kwabwe, bwe tuba twagala okufuna okuyaayana kw'emitima gyaffe, tulina naffe okulaga Katonda okukkiriza kwaffe nga kuwerekeddwako ebikolwa, n'olwekyo tulina okunyweza omusingi gw'okukkiriza. Okusobola okuyamba abasomi okutegeera obulungi "okukkiriza," ka mbeeko okunyonyola kwe nkola mu bufunze.

Mu bulamu bw'omuntu mu Kristo, "okukkiriza" kusobola okwawulwamu era ne kunyonyolwa mu ngeri bbiri. "Okukkiriza okw'omubiri" oba "okukkiriza okumanye" kwe kukkiriza ng'omuntu asobola okukkiriza olw'okuba waliwo obukakafu obubaddewo olwo ekigambo ne kiba nga kikwatagala n'amagezi ge wamu n'ebirowoozo. Kyokka, kwo "okukkiriza okw'omwoyo" kye kika ky'okukkiriza nga omuntu ayinza okukkiriza wadde nga talina kyalabye era Ekigambo ne bwe kiba tekikwatagana n'amagezi ge wadde ebirowoozo.

Mu "kukkiriza okw'omubiri," omuntu akkiriza nti ekintu ekirabika kiba kirina kuva mu kintu ekirala era ekirabika. Wabula kwo "okukkiriza okw'omwoyo" omuntu kwatayinza kuba n'akwo bwateekamu ebirowoozo bye n'amagezi ge, omuntu aba akkiriza nti ekintu ekirabika kiyinza okutondebwa okuva mu kintu ekitalabika. Kuno okukkiriza okusembyeyo kwetaaga omuntu okusuula eri amagezi n'ebirowoozo eby'obuntu.

Okuva omuntu lw'azaalibwa, amagezi agatabalika gayingira mu bwongo bw'omuntu. Ebintu by'alaba ne byawulira byonna biyingira mu bwongo. Ebintu by'ayiga ewaka ne ku ssomero n'abyo biyingira. Ebintu byayiga mu bifo eby'enjawulo gyabeera n'embeera ez'enjawulo n'abyo biyingira. Kyokka, si buli biyingiziddwa nti ge mazima, singa ekimu ku byo kikontana n'Ekigambo kya Katonda, omuntu alina okukyegyako. katugambe, ku ssomera ayiga nti buli kintu ekirina obulamu kirina okuba nga kirina kwe kimenyese oba kifuuka ekirala nga kiva ku kintu ekisobola okweyawuzaamu obutundtundu obulala bungi nnyo, naye mu Baibuli ayiga nti buli kintu ekirina obulamu kyonna Katonda yakitonda buli kimu mu kika kyakyo. Alina kukola atya? Obukyaamu bw'enjigiriza ya Evolusoni bulijjo buzze bwanjuluzibwa sayansi. Kisoboka kitya, ne mu magezi ag'omuntu, omuntu okuba nga yava mu zzike n'ekinyonyi okuba nga ky'ava mu kikere mbu oluvanyuma lw'obukadde bw'emyaka? N'enjigiriza ekozesa obukakafu nayo ewagira obutonzi. Era, "okukkiriza kw'omubiri" ku kyusibwa ne kufuuka "okukkiriza okw'omwoyo," nga okubuusabuusa kwo kugenda kusuulibwa eri ng'otandise okuyimirira ku lwazi lw'okukkiriza. Okwongereza kw'ekyo, bw'oyatula okukkiriza kwo mu Katonda, olina okuteeka Ekigambo ky'obadde omanyi ng'okiterese mu nkola. Bw'oyatula nti okkiririza mu Katonda, olina okweraga ng'ekitangaala ng'okuuma olunaku lwa Katonda nga lutukuvu, ng'oyagala mulirwana wo, n'okugondera Ekigambo ky'amazima.

Singa akoozimbye mu Makko 2 yali asigadde waka, teyandiwonyezeddwa. Kyokka, olw'okuba yakkiriza nti ajja kuwonyezebwa singa atuuka mu maaso ga Yesu, era n'alaga okukkiriza kwe nga akozesa buli ngeri eyali esoboka, akoozimbye kye yava afuna okuwonyezebwa. Omuntu ayagala okuzimba ennyumba bw'asaba obusabi kyokka, "Mukama, nzikkiriza nti ennyumba ejja kuzimbibwa," ne bwasaba essaala eyo emirundi kikumi oba lukumi tesobola kufuukamu nnyumba ey'ezimbye yokka. Alina okukola omugabo gwe ogw'omulimu nga okutegeka omusingi, okutereeza wansi, okuzimba ebisenge, n'ebisigadde; mu bufunze, "ebikolwa" byetaagibwa.

Bw'oba gwe oba omuntu yenna mu maka gammwe ali mu kubonaabona, kkiriza nti Katonda ajja kugaba okusonyiwa era alage emirimu gy'okuwonyezebwa bw'alaba buli muntu mu maka gammwe nga muli wamu mu kwagala, obumu bwajja okuyita omusingi gw'okukkiriza. Abamu bagamba nti olw'okuba buli kimu kirina ekiseera kyakyo, wajja kubaawo ekiseera ky'okuwonyezebwa. Wabula, jjukira nti "ekiseera" kye kiseera ng'omuntu anyweza omusingi gw'okukkiriza mu maaso ga Katonda.

K'ofune okuddibwamu eri obulwadde bwo n'ebintu ebirala byonna by'osaba, era ekitiibwa okiddize Katonda, mu linnya lya Mukama waffe Nsabye!

Essuula 5

# Amaanyi okuwonya obunafu bwonna

Yesu n'ayita abayigirizwa
be ekkumi n'ababiri,
n'abawa obuyinza ku dayomooni omubi, okumugobanga,
n'okuwonyanga endwadde zonna
n'obunafu bwonna.

Matayo 10:1

## 1. Amaanyi Okuwonya Endwadde n'Obunafu

Waliwo engeri nnyingi ze tusobola okulaga obukakafu bwa Katonda omulamu eri abatakkiriza, era okuwona endwadde kye kimu ku zo. Abantu ababonaabona n'endwadde ezitawona era ez'olukonvuba, nga eddagala ezungu teririna ky'amaanyi kye liyinza kuzikolako, bwe bawonyezebwa, baba tebakyalina bwe beegaana maanyi ga Katonda Omutonzi wabula batandika okukkiriza mu maanyi ago era ne batendereza Katonda.

Wadde balina obugagga, obuyinza, etutumu, n'amagezi, abantu bangi leero tebasobola kugonjoola kizibu kya ndwadde era ne basigala mu bulumi bw'azo. Wadde endwadde nnyingi teziyinza kuwona eddagala ne ssayaanzi ow'ekika ekya waggulu ne bwe bikozesebwa, abantu bwe bakkiririza mu Katonda Ayinza byonna, ne beesigama ku Ye, era ne bamukwasa ekizibu ky'obulwadde, endwadde zonna ezitawona era ez'olukonvuba zisobola okuwonyezebwa. Katonda waffe ye Katonda asinga Amaanyi, era eri Ye tewali kitasoboka, era oyo asobola okutonda ekintu awatali kintu, oyo ameza omuggo omukalu ne guloka ne gusansula n'okumera ebibala (Okubala 17:8), era azuukiza n'abafu (Yokaana 11:17-44).

Amaanyi ga Katonda waffe ddala gayinza okuwonya endwadde yonna. Mu Matayo 4:23 tusanga *"Yesu ng'abuna Ggaliraaya yonna, ng'abayigiririza mu making'aniro gaabwe, era ng'ababuulira enjiri ey'obwakabaka, era ng'awonya endwadde zonna n'obunafu bwonna mu bantu,"* era mu Matayo 8:17, tusoma nti, *"Ekigambo kituukirire ekyayogerwa nnabbi*

*Isaaya ng'agamba nti, Ye yennyini yatwala obunafu bwaffem ne yeetikka endwadde zaffe."* Mu byawandiikibwa bino byombi, "obulwade," "n'obunafu" bisomebwa.

Wano, "obunafu" tekitegeeza obulwadde obwangu nga ssennyiga oba obukoowu. Y'embeera etali ntuufu nga emirimu egirina okubaawo mu mubiri gw'omuntu, ebitundu by'omuntu, bisanyaladde oba tebikyakola olw'ebintu ng'obubenje oba ensobi yabazadde be oba ye yennyini. Okugeza, abo bakasiru, bakiggala, abazibe b'amaaso, abalema, poliiyo, n'ebirala – ezo tezisobola kuwonyezebwa magezi ga muntu – ziteekebwa mu kibinja "ky'obunafu." Okwongereza ku mbeera ezireetebwa obubenje oba ensobi z'abazadde oba eza bantu bennyini, nga omusajja eyazaalibwa nga muzibe mu Yokaana 9:1-3, waliwo abantu abafuna obunafu emirimu gya Katonda gisobole okulabikira ku bo. kyokka, embeera ng'ezo tezitera kusangika kubanga ezisinga ziba z'ava ku butamanya oba ku nsobi z'omuntu.

Abantu bwe beenenya era ne bakkiriza Yesu Kristo nga bwe banoonya okukkiririza mu Katonda, Abawa Omwoyo Omutukuvu ng'ekirabo. Nga batambula n'Omwoyo Omutukuvu bafuna n'obuyinza okufuuka abaana ba Katonda. Omwoyo Omutukuvu bw'aba n'abo, okujjako mu mbeera embi ennyo oba enzibu ddala, endwadde ezisinga ziwonyezebwa. Olw'okuba baba bafunye Omwoyo Omutukuvu kikkiriza omuliro gw'Omwoyo Omutukuvu okubakkako ne guwonya ebiwundu byabwe. Era, omuntu ne bwaba abonaabona n'endwadde enzibu ennyo, bw'anyiikira okusaba mu kukkiriza, n'amenyaamenya ekisenge ky'ebibi wakati we ne Katonda, n'akyuka okuva ku bibi bye, era ne yeenenya, ajja kufuna okuwonyezebwa okusinziira ku kukkiriza kwe.

"Omuliro gw'Omwoyo Omutukuvu" kitegeeza okubatizibwa okw'omuliro okubeerawo ng'omuntu amaze okufuna Omwoyo Omutukuvu, era mu maaso ga Katonda ge maanyi Ge. Amaaso ag'Omwoyo aga Yokaana omubatiza bwe gaabikkulwa n'alaba, yanyonyola omuliro gw'omwoyo omutuku nti "okubatiza n'omuliro." Mu Matayo 3:11, Yokaana Omubatiza yagamba, *"Nze mbabatiza na mazzi olw'okwenenya naye oyo ajja ennyuma wange yeansinga amaanyi, sisaanira na ku kwata ngatto ze: oyo alibatiza n'Omwoyo Omutukuvu n'omuliro."* Okubatiza n'omuliro tekumala gajja okujjako ng'omuntu ajjuziddwa Omwoyo Omutuku. Olw'okuba omuliro gw'Omwoyo Omutukuvu gujja ku oyo ajjuziddwa Omwoyo Omutuku, ebibi bye byonna n'endwadde bijja kugibwaawo atandike okubeera mu bulamu omutali ndwadde.

Okubatizibwa kw'omuliro bwe kw'okya ebikolimo by'endwadde, endwadde ezisinga ziwonyezebwa; wabula obunafu, tebuyinza kwokyebwa wadde n'okubatizibwa kw'omuliro. Olwo, obunafu buyinza kuwonyezebwa butya?

Obunafu bwonna busobola okuwonyezebwa n'amaanyi agaweebwa-Katonda. Yensonga lwaki tusanga mu Yokaana 9:32-33, *"Okuva edda n'edda tewawulirwanga nga waaliwo omuntu eyazibula amaaso g'omuntu eyazaalibwa nga muzibe wa maaso. Omuntu oyo singa teyava wa Katonda teyandiyinzizza kukola kigambo."*

Mu Bikolwa by'abatume 3:1-10 tulaba Petero ne Yokaana, nga bombi bano baali baafuna amaanyi ga Katonda, bwe baayamba omusajja omulema okuva mu lubuto lwa nnyina, gwe basanga ng'asabiriza ku mulyango gwa Yeekaalu oguyitibwa "Olulungi," yimirira. Petero bwe yamugamba mu lunyiriri 6, *"Effeeza ne zaabu sibirina; naye kye nnina kye nkuwa' mu linnya lya Yesu Kristo Omunazaaleesu, tambula!"* N'akwata ku mukono gw'omulema ogwa ddyo n'amuyimusa, era amangu ago ebigere bye n'obukongovvule ne bifuna amaanyi era n'atandika okutendereza Katonda. Abantu bwe baalaba omusajja ng'atambula nga bwatendereza Katonda, ne bawuniikirira nnyo n'okwewuunya olw'ekyo ekimukoleddwako.

Omuntu bw'aba ayagala okufuna okuwonyezebwa, alina okubeera n'okukkiriza okukkiriza Yesu Kristo. Wadde omusajja omulema yakolanga gwa kusabiriza gwokka, olw'okuba yakkiririza mu Yesu Kristo yasobola okufuna okuwonyezebwa abo abaali bafunye amaanyi ga Katonda bwe baamusabira. Yensonga lwaki Ebyawandiikibwa bitugamba, *"Era olw'okukkiriza erinnya lye oyo gwe mulaba gwe mumanyi erinnya lye limuwadde amaanyi; n'okukkiriza okuli mu oyo kumuwadde obulamu buno obutuukiridde mu maaso gammwe mwenna"* (Ebikolwa by'abatume 3:16).

Mu Matayo 10:1, tulaba Yesu ng'awa Abayigirizwa Be amaanyi ku myoyo emibi, okugigoba, n'okuwonyanga endwadde zonna n'obunafu bwonna. Mu biseera by'Endagaano Enkadde, Katonda amanyi agawonya obunafu yagawanga bbannabbi Be beyayagalanga ennyo omuli Musa, Eriya, ne Erisa; mu biseera by'endagaano Empya, Amaanyi ga Katonda gaalinga ku b'atume nga Petero ne Paulo n'abakozi abeesigwa nga Stefano ne Firipo.

Bw'ofuna amaanyi ga Katonda tewali kikulema kubanga osobola okuyamba omulema, n'owonya abo ababonaabona ne pooliyo nga tebasobola kutambula, abazibe ne balaba, n'ogulawo amatu g'abakiggala, n'okuta ennimi z'abakasiru.

## 2. Engeri Ez'enjawulo Ez'okuwonyaamu Obunafu

1) Amaanyi ga Katonda g'Awonya Omugavvu w'amatu era Kasiru

Mu Makko 7:31-37 tulaba amaanyi ga Katonda nga gawonya omusajja omuggavu w'amatu n'omusajja kasiru. Abantu bwe baaleeta omusajja eri Yesu ne bamwegayirira okumussaako omukono Gwe, Yesu n'amuggya mu kibiina kyama, n'amussa engalo mu matu ge, n'awanda amalusu, n'amukoma ku lulimi. N'atunula waggulu mu ggulu, n'asinda n'amugamba nti, Efasa!' (kwe kugamba nti Zibuka'). Amangu ago, amatu g'omusajja ne gazibuka, n'enkolo y'olulimu lwe n'esumulukuka n'ayogera bulungi.

Katonda, eyatonda buli kintu mu nsi yonna n'ekigambo Kye, yandiremeddwa atya okuwonya omusajja n'ekigambo Kye? Lwaki Yesu yateeka engalo Ze mu matu g'omusajja? Olw'okuba bakiggala tebasobola kuwulira bibagambibwa era bawuliziganya na bubonero, omusajja ono yali tajja kusobola kufuna kukkiriza ng'abantu abalala bwe baakola Yesu bwe yayogeranga n'abo mu ddoboozi lye bawulira. Olwa kino Yesu yamanya nti omusajja teyalina kukkiriza, Yesu n'ateeka engalo ze mu matu g'omusajja abeere nga mukumukwatako n'engalo ze, omusajja yali asobola okufuna okukkiriza okwo okuyinza okumuwonya. Ekintu ekisinga obukulu kwe kukkiriza okukkirizisa omuntu nti ajja kuwona. Yesu yali asobola okuwonya omusajja n'Ekigambo Kye naye olw'okuba omusajja yali tawulira, Yesu yasimba okukkiriza era n'aganya omusajja okufuna okuwonyezebwa ng'akozesa engeri eno.

Olwo, lwaki, Yesu yawanda amalusu n'akoma ku lulimi lw'omusajja? Yesu okuba nga yawanda kitulaga nti omwoyo omubi gwali guleetedde omusajja okufuuka kasiru. Singa omuntu awanda mu maaso go nga talina nsonga yonna, oyinza ku kitwala otya? Kiba kikolwa kya kutyoboola, na mpisa mbi ekiyisa omuntu omusiwuufu w'empisa. Olw'okuba okuwanda okutwaliza awamu kulaga okuyisa mu muntu amaaso n'okussa wansi omuntu, Yesu naye yawanda asobole okugoba emyoyo emibi.

Mu Lubereberye, tusanga nga Katonda akolimira omusota okulya enfuufu ennaku zonna ez'obulamu bwagwo. Kino, kwe kugamba, kitegeeza ekikolimo kya Katonda ku mulabe Setaani, eyali alimbyelimbye omusota, okusuula omuntu eyali akoleddwa mu nfuufu. N'olwekyo, okuva mu kiseera kya Adamu omulabe Setaani abadde afubanga okusuula omuntu era ng'anoonya omukisa gwonna okubonyaabonya n'okuwabya omuntu. Nga ensowera, ensiri, n'envunyu bwe zibeera mu bifo ebikyaafu, n'omulabe setaani abeera mu bantu abalina emitima egijjudde ekibi, obubi, obusungu era n'awamba endowooza zaabwe. Tulina okukitegeera nti abo bokka abatambulira era ne bakola nga ekigambo kya Katonda bwe kiragira beebasobola okuwonyezebwa endwadde zaabwe.

2) Amaanyi ga Katonda g'awonya Omuzibe w'Amaaso
Mu Makko 8:22-25, tusangayo bino:

*Ne bajja na batuuka mu Besusayida ne bamuleetera omuzibe w'amaaso, ne bamwegayirira okumukomako. N'akwta omuzibe w'amaaso ku mukono, n'amufulumya ebweru w'embuga; awo bwe yawanda amalusu ku maaso ge, n'amussaako engalo, n'amubuuza nti Oliko ky'olaba? N'atunula waggulu, n'agamba nti Ndaba abantu, kubanga ndaba bafaanana ng'emiti, nga batambula. Ate era n'amussa engalo ku maaso ge n'akanula okulaba, n'awona, n'alaba byonna bulungi.*

Yesu bwe yasabira omusajja omuzibe w'amaaso, Yawanda amalusu ku maaso ge. Olwo, lwaki, omusajja ono omuzibe teyalabirawo omulundi ogw'asooka nga Yesu amusabidde era n'alaba oluvanyuma lwa Yesu okumusabira omulundi ogw'okubiri? Olw'amaanyi Ge, Yesu yali asobola okuwonyezaawo omusajja mu bwangu ddala naye olw'okuba okukkiriza kw'omusajja ono kwali kutono, Yesu y'asaba omulundi ogw'okubiri era n'amuyamba okufuna okukkiriza.

Okuyita mu kino, Yesu atusomesa nti abantu abamu bwe batafuna kuwonyezebwa omulundi ogusooka lwe basabirwa, tulina okusabira abantu ab'ekikula ekyo emirundi ebiri, essatu, wadde n'ogw'okuna okutuusa ng'ensigo y'okukkiriza, nga eno yeebayamba okukkiririza mu kuwona, lw'esimbibwa.

Yesu eyali talina kimulema yasaba era n'addamu okusaba bwe Yategeera nti omusajja omuzibe w'amaaso yali tasobola kuwonyezebwa n'okukkiriza kwe. Tuyinza kukola tutya? Nga twongera okwegayirira n'okusaba, tulina okugumiikiriza okutuuka nga tufunye okuwonyezebwa.

Mu Yokaana 9:6-9 ye omusajja ey'azaalibwa nga mulema okuva mu lubuto lwa nnyina eyafuna okuwonyezebwa nga Yesu awanze ku ttaka, n'atabula ettaka n'amalusu, Ge, era n'amusiiga ettaka ku maaso. Lwaki Yesu yamuwonya ng'awanda amalusu ku ttaka, n'atabula ettaka n'amalusu, era n'aliteeka ku maaso g'omusajja? Wano amalusu tekitegeeza ekintu ekitali kiyonjo; Yesu yawanda ku ttaka asobole okukola ettaka erigonda alyoke aliteeka ku maaso g'omuzibe. Era Yesu yakola ettaka eritabule n'amalusu Ge lwakuba amazzi gaali ga bbula. Bwe wabaawo ekizimba oba okuzimba okuvudde ku kulumibwa kw'ensiri ku baana, abazadde batera okuteekawo amalusu gaabwe mu ngeri ey'omukwano. Tulina okutegeera okwagala kwa Mukama waffe oyo eyakozesa engeri ez'enjawulo okuyamba abanafu okufuna okukkiriza.

Yesu bwe yali ateeka ettaka ku maaso g'omuzibe, omusajja n'awulira okubalagalwa kw'ettaka mu maaso ge era n'afuna okukkiriza okwamusobozesa okuwona. Nga Yesu amaze okuwa omuzibe okukkiriza nga ye yennyini okukkiriza kwe kwali kutono, olw'amaanyi Ge yazibula amaaso g'omusajja.

Yesu atugamba, *"Bwe mutaliraba bubonero n'ebyamagero temulikkiriza n'akatono"* (Yokaana 4:48). Ennaku zino, tekisoboka kuyamba bantu kufuna kika kya kukkiriza ekibasobozesa okukkiririza mu kigambo ky'omu Baibuli, nga tebalabye by'amagero bya kuwonyezebwa n'ebyewunyo. Mu biro bino nga ssayanzi ne tekinologiya bikulidde ddala, kiba kizibu ddala okufuna okukkiriza okw'omwoyo okusobozesa okukkiririza mu Katonda atalabika. "Okulaba kwe kukkiriza," nga bulijjo bwe tuzze tuwulira. Mu ngeri y'emu, olw'okuba okukkiriza kw'abantu kujja kukula era eby'amagero by'okuwonyezebwa bigenda byeyongere okubaawo bwe balaba obukakafu obulabikako obwa Katonda omulamu, "obubonero obw'ebyamagero n'ebyewunyisa" ddala byetaagisa nnyo.

### 3) Amaanyi ga Katonda G'awonya Omulema

Nga Yesu bwe yabuuliranga Amawulire Amalungi era n'awonya abantu abaali babonaabona n'endwadde eza buli kika, Abayigirizwa Be n'abo baalaga amaanyi ga Katonda.

Petero bwe yalagira omulema eyali asabiriza, *"Mu linnya erya Yesu Kristo Omunazaalesi, tambula"* (olu. 6) era n'amuyimusa n'omukuno gwe ogw'addyo, amangu ago ebigere n'obukongovule bw'omusajja ne biguma, era n'abuuka n'atandika okutambula (Ebikolwa by'abatume 3:6-10). Abantu bwe baalaba obubonero obwewunyisa n'eby'amagero Petero bye yalaga oluvanyuma lw'okufuna amaanyi ga Katonda, Abantu abaali bakkiririza mu

Mukama beeyongera. Baaleeta n'abalwadde ne babeebasa mu kkubo ku bitanda n'omukeeka nti ekisiikirize kya Petero kigwe ku bamu bwe yabeeranga ayitawo. Ebibiina byakung'ananga okuva mu bibuga okwetooloola Yerusaalemi, nga baleeta abalwadde baabwe n'abo abaali babonyaabonyezebwa dayimooni, era bonna baawonyezebwa (Ebikolwa by'abatume 5:14-16).

Mu bikolwa by'abatume 8:5-8 tusanga nga, *"Firipo n'aserengeta mu kibuga eky'e Samaliya, n'ababuulira Kristo. Ebibiina ne biwulira n'omwoyo gumu ebigambo Firipo by'ayogedde, bwe baawulira ne balaba eby'amagero bye yakolanga. Kubanga bangi ku bo abaaliko dayimooni, ne babavangako nga bakaaba n'eddoboozi ddene: ne bawonanga bangi abaali balwadde okukoozimba n'abalema. Essanyu lingi ne libeera mu kibuga omwo."*

Mu bikolwa by'abatume 14:8-12, tusoma ku musajja ataalina maanyi mu bigere, eyali omulema okuva mu lubuto lwa nnyina era nga tatambulangako. Oluvanyuma lw'okuwuliriza obubaka bwa Paulo era n'afuna okukkiriza okwali kuyinza okumuleetera obulokozi, Paulo bwe yalagira nti, *"Yimirira ku bigere byo weegolore!"* (olu. 10) amangu ago, omusajja n'abuuka era n'atandika okutambula. Abo abaalaba kino b'agamba nti *"Bakatonda basse gye tuli nga bafaanana abantu!"* (olu. 11)

Mu bikolwa by'abatume 19:11-12 tulaba *"Katonda n'akolanga eby'amagero ebitalabwa buli lunaku mu mikono gya Pawulo, n'abalwadde ne baleeterwanga ebiremba n'engoye ez'oku mubiri gwe, endwadde ne zibavangako, dayimooni n'abavangako."* Amaanyi ga Katonda nga g'ewuunyisa?

Okuyita mu bantu emitima gyabwe egituuse ku butuukirivu n'okwagala okutuukiridde nga Petero, Paulo, ne Dinkoni Firipo ne Stefano, amaanyi ga Katonda galagibwa n'olw'aleero. Abantu bwe bajja mu maaso ga Katonda n'okukkiriza nga baagala obunafu bwabwe okuwonyezebwa, basobola okuwonyezebwa nga bafuna okusaba okuva mu baweereza ba Katonda abo Baakoleramu.

Okuva ekanisa ya Manmin lwe yatandikibwaawo, Katonda omulamu ang'anyizza okulaga obubonero obw'eby'amagero obw'enjawulo n'ebyewunyisa, n'asimba okukkiriza mu mitima gya ba memba, era ne wabaawo okuddizibwa obuggya okw'amaanyi.

Lumu waaliwo omukazi eyali atulugunyiziddwa ennyo bba omunywi w'omwenge. Obusuwa bw'okumaaso ge bwe bwakutuka olw'okukubibwa bba era ng'abasawo balemereddwa okumuwonya, omukazi n'ajja mu Manmin bwe yawulira amawulire agatukwatako. Bwe yafuba okwenyigira mu kusaba okwategekebwanga mu kanisa era n'anyiikiranga okusaba, yafuna okusaba kwange era n'addamu okulaba. Amaanyi ga Katonda gaali gatererezza ddala obusuwa bw'amaaso ge olumu agalowoozebwa nti tegaliddamu kulaba.

Olulala, waaliwo omusajja eyagwa ku kabenje ak'amaanyi akaaleka ebitundu munaana mu lugumba lwe olw'omu mugongo byali bimenyesemenyese. Olw'okuba ekitundu ky'omubiri gwe ekya wansi kyali kisanyaladde, yali anaatera okutemwako amagulu ge gombi. Oluvanyuma lw'okukkiriza Yesu Kristo, yakyusa okutemwako amagulu wabula era yali akyalina okutambulira ku miggo. N'atandika okujjanga mu nkung'ana z'okusaba eza Manmin ne bwe waayitawo akabanga mu kusaba kw'olw'okutaano okwakeesanga ekiro kyonna, oluvanyuma lw'okufuna okusaba kwange omusajja n'asuula eri emiggo gye, n'atambula ku magulu ge abiri, era okuva kw'olwo n'afuuka omubaka w'enjiri.

Amaanyi ga Katonda gasobolera ddala okuwonya obunafu obwalemwa enzijanjaba ey'ekizungu. Mu Yokaana 16:23, Yesu yatusuubiza, *"Ne ku lunaku luli temulibaako kye munsaba. Ddala ddala mbagamba nti Buli kye mulisaba Kitange, alikibawa mu linnya lyange."* K'okkiririze mu maanyi ga Katonda ag'ewunyisa, ofube okuganoonya, ofuna okuddibwamu eri ebizibu byonna eby'endwadde yo, era ofuuke omubaka atambuza Amawulire Amalungi aga Katonda omulamu era Ayinza byonna, mu linnya lya Mukama waffe Nsabye!

Essuula 6

# Engeri z'Okuwonyaamu abalina Dayimoni

Awo (Yesu) bwe yayingira mu nnyumba,
abayigirizwa be ne bamubuuza mu kyama
nti Ffe tetwayinzizza kumugoba.
N'abagamba nti Engeri eno teyinzika kuvaako
lwa kigambo wabula olw'okusaba.

Makko 9:28-29

## 1. Mu nnaku ez'oluvanyuma Okwagala kugenda Kuwola

Nga sayansi ow'omulembe agenda akulaakulana n'okukulaakulana kw'amakolero bireseewo ebintu okukulaakulana era n'ebikkiriza abantu okubeera obulungi n'okweyagala. Mu kiseera kye kimu, ensonga zino ebbiri zivuddemu abantu okwefaako bokka, omululu oguyitiridde, enkwe, n'abalala okuwulira nga b'anyoomebwa mu bantu, nga omukwano gugenda gukendeera kwo okutegeera n'okusonyiwa bizibu okusanga.

Ne mu Matayo 24:12 waalengera nti, *"Era kubanga obujeemu buliyinga obungi, okwagala kw'abasinga obungi kuliwola,"* mu kiseera nga obujeemu bweyongedde ate okwagala ne kuwola, ebimu ku bizibu ebisinga okuba eby'amaanyi mu bitundu byaffe ennaku zino gwe muwendo gw'abantu ababonaabona n'ebizibu ku bwongo nga obusimu okuba nga tebukyakola mulimu gwabwo n'omuntu okuba nga awunzeemu.

Amalwaliro agakola ku ndwadde z'obwongo g'awula abalwadde bangi abatasobola kutambulira mu mbeera ez'abulijjo naye nga tebanafuna ddagala libawonya. Bwe w'aba nga tewali njawulo yonna oluvanyuma lw'okujanjabibwa emyaka emingi, ab'omu maka gaabwe bakoowa era ebiseera ebisinga babavaako ne balekerera abalwadde nga bamulekwa. Abalwadde bano, Ababeera bokka era nga tebalina baaluganda, baba tebasobola kweyisa ng'abantu abalamu. Wadde beetaaga okwagala okwa ddala okuva mu b'enganda zaabwe, abantu si bangi abalaga okwagala kwabwe eri abantu ab'ekika kino.

Tusanga awantu wangi mu Baibuli nga Yesu awonya abantu abaaliko dayimooni. Lwaki bawandiikiddwa mu byawandiikibwa? Nga enkomerero y'ensi enaatera okutuuka, okwagala kugenda kuwola era Setaani n'abonyaabonya nnyo abantu, n'abaleetera okubonaabona n'endwadde z'obwongo, era n'abatwala okuba ng'abaana b'omubi. Setaani akola gwa kubonyaabonya, gwa kulwaza, okutabulatabula, n'okusiiga ekibi n'obubi emyoyo gy'abantu. Olw'okuba abantu bannyikiddwa mu bibi n'obubi, abantu banguwa okukwatibwa ensaalwa, okuyomba, okukyawa, n'okutting'ana. Era ng'ebiseera eby'oluvanyuma bisembera, Abakristaayo balina okuba nga basobola okwawula amazima ku gatali mazima, era bakuume nnyo okukkiriza kwabwe, basobola okubeera n'emibiri egitaliimu ndwadde n'obwongo obulamu.

Katwekenneenye tulabe kiki ekiri emabega wa Setaani okukozesa abantu ebibi n'okubabonyaabonya, wamu n'okwongeza omuwendo gw'abantu abaliko dayimooni wa Setaani era nga babonaabona n'endwadde z'obwongo mu bitundu byaffe eyo ebikulaakulanye olwa ssayansi akulaakulanye ennyo.

## 2. Engeri Omuntu Gy'awambibwa Setaani

Buli muntu alina omutima era empisa z'abantu abasinga zisinziira ku mitima gyabwe bwe giri, naye buli muntu alina eddaala kwali era ebivaamu byawukana okuva ku muntu omu okudda ku mulala. Kino kiri bwe kityo lwakuba buli muntu yazaalibwa era n'akuzibwa mu mbeera n'ebitundu by'anjawulo, alabye ebintu bya njawulo, awulidde, era n'ayiga ebintu bya njawulo okuva ku bazadde, awaka, ne ku ssomero, era ayingiza mu bwongo obubaka bwa njawulo.

Ku ludda olumu, Ekigambo kya Katonda, nga ge mazima, kitugamba, *"Towangulwanga bubi, naye wangulanga obubi olw'obulungi"* (Abaruumi 12:21), era ne watugamba, *"Temuziyizanga mubi; naye omuntu bw'akukubanga oluba olwa ddyo omukyukizanga n'olwa kkono"* (Matayo 5:39). Olw'okuba Ekigambo kisomesa okwagala n'okusonyiwa, waliwo entegeera nti "Okuwangulwa kwe kuwangula" ekula mu abo abakikkiriza. Ku ludda olulala, omuntu bw'aba ayize nti alina okuzzaayo bw'aba akubiddwa, ajja kutuuka ku ntegeera egamba nti okuzaayo kikolwa kya buvumu era okwewala embeera n'oteerwanako kiba kikolwa kya butitiizi. Ebintu bisatu – omuntu entegeera gyagenderako, oba omuntu abadde mu bulamu obutuukirivu oba obutali butuukirivu, akoze kyenkana ki okwekkiriranya n'ensi – bijja kutondawo emitima egy'enjawulo mu bantu eb'enjawulo.

Olw'okuba abantu obulamu bwabwe babutambuza mu ngeri z'anjawulo n'olwekyo n'emitima gyabwe n'agyo gya njawulo, omulabe wa Katonda Setaani akozesa bino okukema abantu abatambulira mu mbala ey'ekibi, etakwatagana na butuukirivu oba obulungi, nga afukuula endowooza embi mu bbo era ng'abakozesa ebibi.

Mu mitima gy'abantu mu baamu okukubagana empawa

wakati w'okuyaayaana kw'Omwoyo Omutuku nga baba balina okutambulira mu mateeka ga Katonda, n'okuyaayaana kw'embala y'ekibi nga eno abantu basindikirizibwa okugoberera ebyo emibiri gyabwe bye giyaayaanira. Yensonga lwaki Katonda atukubiriza mu Bagalatiya 5:16-17, *"Naye njogera nti Mutambulirenga mu Mwoyo kale temutuukirizenga kwegomba kwa mubiri. Kubanga omubiri gwegomba nga guwakanya n'Omwoyo, n'Omwoyo nga guwakanya n'omubiri; kubanga ebyo byolekanya, mulemenga okukola ebyo bye mwagala."*

Bwe tutambulira mu kuyaayaana kw'Omwoyo Omutukuvu tujja kusikira obwakabaka bwa Katonda; bwe tugoberera okuyaayaana kw'embala y'ekibi era ne tulema okutambulira mu Kigambo kya Katonda, tetujja kusikira bwakabaka Bwe. Yensonga lwaki Katonda yatulabula bw'ati mu Bagalatiya 5:19-21:

*Naye ebikolwa eby'omubiri bya lwatu, bye bino, obwenzi, empitambi, obukaba, okusinza ebifaananyi, okuloga, obulabe, okuyomba, obuggya, obusungu, empaka, okweyawula, okwesalamu, ettima, obutamiivu, ebinyumu, n'ebiri ng'ebyo, nsooka okubabuulira kw'ebyo nga bye nnasooka okubabuulira, nti bali abakola ebiri ng'ebyo tebalisikira bwakabaka bwa Katonda.*

Olwo, abantu bakwatibwa batya Dayimooni?

Okuyita mu birowoozo by'omuntu, Setaani asiikuula

okuyaayaana kw'embala y'ekibi mu muntu alina omutima ogujjudde embala y'ekibi. Bw'aba tasobola kufuga ndowooza ye era n'akola ng'okuyaayaana kw'embala ye, omutima gutandika okulumirizibwa era gw'ongera okuba omubi. Ebikolwa by'embala y'ekibi bwe biwera, ku nkomerero omuntu ajja kuba takyasobola kwefuga era ng'akola buli Setaani kya mukozesa. Omuntu ow'ekika ekyo agambibwa okuba "ng'aliko" Setaani.

Okugeza, Katukitwale nti waliwo omusajja omunafu atayagala kukola, kyokka ng'ayagala nnyo okunywa omwenge n'okumala obudde. Ku muntu ng'oyo, Setaani ajja kumukozesa era afuge endowooza ze abeera nga tava kukunywa n'okwonoona obudde bwe ng'awulira nti okukola kimenya nnyo. Setaani ajja ku mujja ku bulungi nga ge mazima, amubbeko amaanyi g'okwekulaakulanya, era amufuule omuntu atalina kyasobola era atalina mugaso.

Nga atambulira n'okukola okusinziira ku ndowooza ya Setaani, omusajja abeera tasobola kwetakkuluza ku Setaani. Era, omutima gwe gye gweyongera okuba omubi era nga yeewaayo dda eri ebirowoozo ebibi, mu kifo ky'okufuga omutima gwe ajja kukola buli kimu nga bwayagala. Bw'aba ayagala kusunguwala, ajja kusunguwala kubanga kye kimusanyusa; Bw'aba ayagala kulwana oba okuwakana, ajja kulwana nga bwayagala; era bw'aba ayagala kunywa, ajja kuba tasobola kwekomako obutanywa. Kino bwe kigende kyeyongera n'ekiwera, kituuka ekiseera nga tasobola kufuga ndowooza ze na mutima gwe era ne yeesaanga ng'ebintu byonna tebiri ku ludda lwe. Oluvanyuma lwa kino, atuulibwaako dayimooni.

## 3. Ekiviirako dayimooni – okuwamba omuntu

Waliwo ensonga bbiri enkulu eziviirako omuntu okukozesebwa Setaani era olugira n'ayingirwamu dayimooni.

### 1) Abazadde

Abazadde bwe baba baali bavudde ku Katonda, ne basinza ebifaananyi ekintu Katonda kyasinga okukyawa era kyalaba ng'omuzizo, oba nga baakola ekintu ekibi ekiyiseewo, olwo amaanyi g'emyoyo emibi gajja kuyingira abaana baabwe era bwe balekebwa nga tebakebeddwa, bajja kuwambibwa dayimooni. Mu mbeera ng'eyo, abazadde balina okujja mu maaso ga Katonda, ne beenenyeza ddala ebibi byabwe, ne bakyuka okuva mu mbeera zaabwe ez'ekibi, ne beegayirira Katonda ku lw'abaana baabwe. Katonda olwo ajja kulaba wakati mu mitima gy'abazadde era alage omulimu gw'okuwonyezebwa, nga bwasumulula enjegere z'obutali bwenkanya.

### 2) Omuntu yennyini

Ng'ekibi ky'abazadde kizze ku bbali, omuntu asobola okuwambibwa emizimu olw'agatali mazima ge, omuli obubi, amalala, n'ebirala. Olw'okuba omuntu tasobola kwesabira na kwenenya yekka ku bubwe, bw'asabirwa okuva eri omuweereza wa Katonda oyo alaga amaanyi Ge, enjegera z'obutali bwenkanya zisobola okusumululwa. Dayimooni bw'amugobwaamu n'addamu okutegeera, alina okusomesebwa Ekigambo kya Katonda omutima gwe ogwali gunnyikiddwa mu kibi n'obubi gusobola okulongoosebwa era ne gufuuka omutima ogw'amazima.

N'olwekyo, singa omu ku bantu b'omu maka yakwatiddwa omuzimu, oba omu ku b'oluganda lwe yakwatiddwa omuzimu amaka gonna, galina okwerondamu omuntu omu ajja okusaba ku lw'oyo omuntu. Kino kiri bwe kityo lwakuba omutima n'endowooza by'oyo awambiddwa dayimooni biba bifugibwa dayimooni era abeera tasobola kukola kintu kyonna nga bwe yandyagadde. Aba tasobola kusaba wadde okuwuliriza Ekigambo eky'amazima; era bwatyo abeera tasobola kutambulira mu mazima. N'olwekyo, amaka gonna oba omuntu omu okuva mu maka alina okumusabira mu kwagala n'okusaasira omuntu ow'omu maka akwatiddwa omuzimu abeera ng'asobola okutambulira mu kukkiriza. Katonda bw'alaba okwewaayo n'okwagala kw'amaka ago, Ajja kulaga omulimu gw'okuwonyezebwa. Yesu yatugamba okwagala balirwana baffe nga bwe tweyagala (Lukka 10:27). Bwe tuba tetusobola kusabira wadde okwewaayo ku lw'omuntu w'omuka gaffe oyo akwatiddwa dayimooni, olwo tuyinza tutya okuyitibwa balirwana abalungi?

Ab'oluganda n'emikwano gy'oyo aliko dayimooni, gitegeera kwe ky'ava, ne beenenya, ne basaba nga bakkiririza mu maanyi ga Katonda, ne beewaayo mu kwagala, era ne basimba ensigo y'okukkiriza, olwo amaanyi ga dayimooni gajja kugobebwa era omwagalwa waabwe ajja kufuuka omuntu ow'amazima, oyo

Katonda gw'ajja okukuuma emizimu gireme okumusemberera.

## 4. Engeri z'Okuwonyaamu Abantu abawambiddwa Dayimooni

Mu bitundu bingi mu Baibuli tulaba abantu abawerako ababa baliko Dayimooni nga bawonyezebwa. Katwekeneenye engeri gye bawonyezebwaamu.

### 1) Olina okugoba amaanyi ga Dayimooni.

Mu Makko 5:1-20 tusanga omusajja eyaliko dayimooni. Olunyiriri 3-4 lwogera ku musajja ono nti, *"Yasuulanga mu ntaana. Era nga tewakyali muntu ayinza kumusiba, newakubadde mu lujegere; kubanga emirundi mingi yateekebwako mu masamba, ne mu njegere, enjegere n'azikutula, n'amasamba n'agamenyaamenya; ne wataba muntu wa maanyi okumusobola."* Era tutegeera mu Makko 5:5-7, nti, *"Bulijjo, ekiro n'emisana, yakaabiranga mu ntaana ne ku nsozi, ne yeesala n'amayinja. Bwe yalengera Yesu ng'akyali wala, n'addukana n'amusinza; n'akaaba n'eddoboozi ddene ng'agamba nti Onvunaana ki, Yesu Omwana wa Katonda, Ali waggulu ennyo? Nkulayiza Katonda, tombonereza!"*

Bwatyo bwe y'addamu nga Yesu amaze okumulagira nti, *"Va ku muntu ono, ggwe dayimooni!"* (olu. 8) Awantu wano watulaga nti wadde abantu baali tebamanyi nti Yesu yali Mwana wa Katonda, Dayimooni zaali zimanyi bulungi nnyo Yesu kyali n'amaanyi Ge yalina.

Yesu n'amubuuza nti, "Erinnya lyo ggwe ani?" omusajja eyaliko-dayimooni n'amugamba nti *"Erinnya lyange Liigyoni; kubanga tuli bangi"* (olu. 9). N'eyeegayirira nnyo Yesu aleme okubagobera mu nsi eyo, n'amwegayirira, abasindike mu mbizzi baziyingiremu. Yesu teyamubuuza linnya nti kubanga yali tamumanyi; Wabula yamubuuza ng'omulamuzi ng'abuuza Ddayimooni. Era, "Liigyoni" kitegeeza nti dayimooni nnyingi ddala ezaali ku musajja ono.

Yesu yakkiriza "Liigyoni" okuyingira eggana ly'embizzi, ery'afubutuka ne liserengetera ku bbanga ly'ennyanja ne zifiira mu nnyanja. Bwe tugoba emizimu, tulina okukikola n'Ekigambo eky'amazima, nga kino kiragibwa n'akabonero ak'amazzi. Abantu bwe baalaba omusajja, eyali takyasoboka muntu yenna, ng'atudde, ng'ayambadde nga alina amagezi, ne batya.

Tuyinza tutya okugoba emizimu olw'aleero? Girina kugobebwa mu linnya erya Yesu Kristo eri amazzi, nga ke kabonero akalaga Ekigambo, omuliro, nga k'ekalaga Omwoyo Omutukuvu, amaanyi gaabwe galyoke gabule. Kyokka, olw'okuba emizimu bitonde by'omwoyo, gijja kugobebwa singa omuntu ow'amaanyi agagigoba asabye. Omuntu atalina kukkiriza bwagezaako okugigoba, dayimooni gijja kumusekerera nga bwe gimusooza n'okumujerega. N'olwekyo, okusobola okuwonya omuntu aliko Dayimooni, omusajja wa Katonda alina amaanyi okugigoba yalina okusabira gwe gikute.

Wabula, olumu emizimu tegijja kugenda n'omusajja wa

Katonda ne bw'aba yagigobye mu linnya erya Yesu Kristo. Kibaawo lwakuba omuntu akwatiddwa emizimu yavvoolanga n'okwogerera obubi Omwoyo Omutrukuvu (Matayo 12:31; Lukka 12:10). Okuwonyezebwa tekuyinza kubaawo ku bantu abakwatiddwa – Dayimooni bwe baba nga bagenda mu maaso n'okwonoona kyokka nga bamaze okufuna amagezi ag'amazima (Abaebulaniya 10:26).

Era mu, mu Abaebulaniya 6:4-6 tusangayo nti, *"Kubanga abo abamala okwakirwa, ne balega ku kirabo eky'omu ggulu, ne bafuuka abassa ekimu mu Mwoyo Omutukuvu, ne balega ku kigambo ekirungi ekya Katonda ne ku maanyi ag'emirembe egigenda okujj, ne bagwa okubivaamu, tekiyinzika bo okubazza obuggya olw'okwenenya; nga beekomererera bokka omulundi oggw'okubiri Omwana wa Katonda, ne bamukwasa ensonyi mu lwatu."*

Kati nga bwe tuyize kino, tulina okwekuuma obutakola bibi bitasonyiyibwa. Era tulina n'okwawula mu mazima oba nga ddala omuntu akwatiddwa emizimu asobola okuwonyezebwa n'okusaba.

### 2) Weekuumise amazima.

Emizimu kasita gibagobwaamu, abantu abo balina okujjuza emitima gyabwe n'obulamu saako amazima nga bafuba okusaba okusoma Ekigambo kya Katonda, nga batendereza, n'okusaba. Wadde emizimu gibagobeddwaamu, abantu abo bwe beeyongera okutambulira mu kibi nga tebeekuumisa mazima, emizimu gijja kudda nga ku mulundi guno, gijja kuwerekerwako emizimu egisinga obubi. Jjukira nti embeera z'abantu bano ziijja kwonooneka n'okusingako ne bwe baali emizimu egyasooka bwe gyali nga gye gibalimu.

Mu Matayo 12:43-45, Yesu atugamba bwati:

> *Naye dayimooni omubi bw'ava mu muntu, atambula mu nsenyi enkalu, nga anoonya aw'okuwummulira, naye n'abulwa. Kale agamba nti naddayo mu nnyumba yange mwe nnava; bw'atuukamu, agiraba nga njereere, enyiridde, ng'erongoosebbwa. Awo agenda, n'aleeterako dayimooni abalala musanvu abamusinga obubi, n'abo bwe bayingira babeera omwo: n'eby'oluvannyuma eby'omuntu oyo birisinga obubi eby'olubereberye bwe kiriba bwe kityo eri ab'emirembe gino emibi.*

Dayimooni tezimala gagobebwa gityo. Era, bwe giba gigobeddwa, emikwano n'ab'oluganda lw'oyo agobeddwaamu dayimooni balina okutegeera nti kati omuntu alina okufiibwako n'okwagalibwa nnyo okusinga bwe kibadde. Balina okumulabirira mu kwewaayo n'okwefiiriza era ne bamuwa eky'okulwanyisa eky'amazima okutuusa ng'awonyezeddwa ddala.

## 5. Byonna Biyinzika eri oyo Akkiriza

Mu Makko 9:17-27 w'ogera ku Yesu bwe yawonya omwana

omulenzi eyali yawambibwa omwoyo omubi ogw'amugaana okwogera n'okumubonyaabonya n'ensimbu ng'alabye okukkiriza kwa kitaawe. Katwekenneenye engeri omulenzi gye yafunamu okuwonyezebwa.

### 1) Ab'oluganda balina okulaga okukkiriza.

Omulenzi mu Makko 9 yali kasiru nga tayogera okuva lwe yazaalibwa kubanga emizimu gyali gyamuwamba. Yali tategeera kigambo kyonna era okuwuliziganya naye kwalinga kuzibu. Era, kyali kizibu okutegeera ddi era wa obubonero bw'ensimbu we bunajjira. Taata we, bwatyo, yabeeranga mu kutya ne nnaku, nga essuubi lyonna mu bulamu lyamuggwaamu.

Awo kitaawe n'awulira ku musajja eyali ava e Galiraaya eyali akola eby'amagero eby'okuzuukiza abafu, n'okuwonya endwadde eza buli kika. Essuubi ne litandika okujja eri ennaku y'omusajja. Singa amawulira gaali matuufu, kitaawe yakkiriza, nti omusajja ono okuva e Galiraaya yali ajja kuwonya omwana we. Ng'anoonya omukisa omulungi, taata w'omwana ono n'amuleeta eri Yesu n'amugamba, *"Naye oba ng'oyinza, tusaasire, otubeere!"* (Makko 9:22)

Bwe yawulira okwegayirira kwa taata w'omwana ono okw'amaanyi, Yesu n'agamba, *"'oba ng'oyinza!' Byonna biyinzika eri akkiriza,"* (olu. 23) era n'anenya taata ono olw'okukkiriza kwe okutono. Taata w'omwana ono yali awulidda amawulire naye n'atakkiriza mu mutima gwe. Singa omusajja ono yali akimanyi nti Yesu ng'Omwana wa Katonda yali alina amaanyi gonna era nga Ye mazima Gennyini, teyandigambye nti "oba." Okusobola okukitusomesa nti tekisoboka okusanyusa Katonda awatali kukkiriza nti era tekisoboka kufuna kuddibwaamu awatali kukkiriza kutuukiridde okwo omuntu mwafunira okukkiririza, Yesu y'agamba "'oba ng'oyinza?'" nga bwanenya taata ono "olw'okukkiriza okutono."

Okukkiriza okutwalira awamu kusobola okwawulwamu ebika bibiri. Ekika "ky'okukkiriza okw'omubiri" oba "Okukkiriza okumanye," omuntu ayinza okukkiririza mw'ekyo ky'alabyeko. Ekika ky'okukkiriza omuntu mwakkiririza wadde talina ky'alabyeko kwe "kukkiriza okw'omwoyo," "okukkiriza okutuufu," "okukkiriza okulamu," oba "okukkiriza okuwerekerwako ebikolwa." Okukkiriza okw'ekika kino kusobola okutondawo ekintu awatali kintu. Enyinnyonyola "y'okukkiriza" okusinziira ku Baibuli nga *"kye kinyweza ebisuubirwa, kye kitegeereza ddala ebigambo ebitalabika"* (Abaebulaniya 11:1).

Abantu bwe babonaabona n'endwadde eziwonyezebwa abantu, basobola okuwonyezebwa nga endwadde zaabwe z'okyebwa n'omuliro ogw'Omwoyo Omutukuvu bwe balaga okukkiriza kwabwe era ne bajjuzibwa Omwoyo Omutukuvu. Ey'akatandika obulamu bw'okukkiriza bw'alwala, asobola okuwonyezeba bwaggulawo omutima gwe, N'awuliriza ekigambo, era n'alaga okukkiriuza kwe. Omukristaayo akuze ng'alina okukkiriza bw'alwala, asobola okuwonyezebwa okuyita mu kwenenya.

Abantu bwe babonaabona n'endwadde ezitasobola kuwonyezebwa n'okujanjabibwa kwa ssayansi, balina okulaga okukkiriza kwabwe nga n'akwo kungi. Omukristaayo Omukulu alina okukkiriza bw'alwala, asobola okuwonyezebwa bw'aggulawo omutima gwe n'eyeenenya, ng'awaayo omutima gwe gwonna, era n'asaba n'omutima gwe gwonna. Omuntu alina okukkiriza okutono oba nga talinaako ddala kukkiriza bw'alwala, tajja kuwonyezebwa okutuusa nga aweereddwa okukkiriza era okusinziira ku kukula kw'okukkiriza kwe, omulimu gw'okuwonyezebwa gujja kubaawo.

Abo abalema, ng'emibiri gyabwe migongobavu, n'endwadde ez'omu kika bisobola kuwonyezebwa na kyamagero kya Katonda. N'olwekyo, balina okulaga Katonda okwewaayo era olw'okukkiriza okusobola okwagala n'okumusanyusa. Olwo lwokka Katonda lw'ajja okukkiriza okukkiriza kwabwe era alage okuwonyezebwa. Abantu bwe balaga okukkiriza kwabwe okw'amaanyi eri Katonda – nga Battimayo bwe yali omusabi era n'akowoola Yesu (Makko 10:46-52), nga omukulu w'ekitongole bwe yalaga Yesu okukkiriza kwe okw'amaamyi (Matayo 8:5-13), n'engeri akoozimbye n'emikwano gye ena bwe baalaga okukkiriza okungi n'okwewaayo (Makko 2:3-12) – Katonda ajja kubawa okuwonyezebwa.

Mu ngeri y'emu, olw'okuba abantu abaliko emizimu tebasobola kuwonyezebwa awatali maanyi ga Katonda era tebasobola kulaga kukkiriza kwabwe, okusobola okussa okuwonyezebwa okuva mu ggulu, abantu abalala mu maka gaabwe balina okukkiririza mu Katonda Ayinza byonna era ne bajja mu maaso Ge.

2) Abantu balina okufuna okukkiriza okubasobozesa okukkiriza.

Taata w'omulenzi eyali akwatiddwa dayimooni okumala ekiseera ekiwanvu yasooka n'anenyezebwa Yesu olw'okukkiriza kwe okutono. Yesu bwe yayogera ng'akakasa nti, *"Byonna biyinzika eri oyo akkiriza"* (Makko 9:23) ng'agamba omusajja, emimwa gy'ataata n'egyatula bulungi, "Nzikkirizza." Wabula, okukkiriza kwe kwali kwesigamiziddwa ku by'amanyi. Yensonga lwaki taata w'omwana y'asaba n'agamba Yesu, *"[Saasira] obutakkiriza bwange!"* (Makko 9:24) Bwe yawulira okwegayirira kwa taata, okuva mu mitima ogw'amazima, okusaba okw'okwewaayo, n'okukkiriza Yesu kwe yamanya, N'awa taata ono okukkiriza okumusobozesa okukkiriza.

Mu ngeri y'emu, okukowoola Katonda tusobola okufuna okukkiriza okutusobozesa okukkiriza era n'okukkiriza okw'ekika kino, tujja kuba tusaanidde okufuna eby'okuddamu eri ebizibu byaffe, era "ebitasobola" bijja kufuuka "ebisoboka."

Taate bwe yafuna okukkiriza okumusobozesa okukkiriza, Yesu bwe yaboggola nti, *"Ggwe dayimooni atayogera, era omuggavu w'amatu, nze nkulagira. Muveeko, tomuddiranga nate n'akatono,"* dayimooni n'akaaba n'amutaagula nnyo (Makko 9:25-27). Emimwa gya taata bwe gy'asaba okukkiriza okumusobozesa okukkiriza era n'ayagala nnyo Katonda okubaako kyakola – wadde nga Yesu yali amaze okumunenya Yesu yalaga omulimu gw'okuwonyezebwa ogw'ewunyisa.

Yesu yaddamu era n'agaba okuwonyezebwa kw'omwana mu

bujjuvu oyo eyaliko dayimooni eyali amulemesezza okwogera, nga ng'amubonyaabonya n'ensimbu era nga bulijjo yalinga amukuba ebigwo, abimba ejjovu, aluma amannyo, n'okukonvuba. Olwo, eri abo abakkiririza mu maanyi ga Katonda nga mu go buli kimu kisoboka era ne batambulira mu Kigambo kya Katonda, Olwoozo taleka buli kimu ne kibatambulira bulungi era n'afuula obulamu bwabwe obutaliimu ndwadde?

Nga n'akatandika ekanisa ya Manmin, omuvubuka omuto eyali ava mu ssaza lya Gang-won Province yakyalira ekanisa bwe yawulira amawulire agaali gagyogerwako. Omuvubuka ono yalowooza nti yali aweereza Katonda n'obwesigwa nga omusomesa wa sande sukuulu era nga ayimba ne mu kanisa. Wabula, olw'okuba yalina amalala mangi nnyo era nga teyegyaako bibi mu mutima gwe kyokka nga byeyongera bweyongezi, omuvubuka ono yali abonaabona oluvanyuma lw'omuzimu okuyingira mu mutima gwe ogutaali muyonjo era ne gutandika okubeeranga mu ye. Omulimu gw'okuwonyezebwa gw'alagibwa mu kusaba okw'amaanyi n'okwewaayo ebya kitaawe. Oluvanyuma lw'okutegeera ekika kya dayimooni era n'agobebwa n'okusaba, omuvubuka omuto n'abimba ejjovu, n'agwa eri, era ekivundu ekibi ne kimuvaamu. Oluvanyuma lwa bino okubaawo, obulamu bw'omuvubuka ono bw'adda buggya nga yeekuumisa amazima mu Manmin. Leero, aweereza ekanisa ye n'obwesigwa mu Gang-won era ali mu kutendereza Katonda ng'agabana ekisa ky'obujjulizi bwe obw'okuwonyezebwa eri abantu abatabalika.

K'otegeere nti emirimu gya Katonda tegiriiko kkomo era nga

buli kimu kisoboka mu go, obeera nga bw'onoonya mu kusaba tojja kufuuka omwana ow'omukisa owa Katonda kyokka wabula omutukuvu we gwayagala ennyo oyo ebintu bye byonna gwe bitambulira obulungi ekiseera kyonna, mu linnya era Mukama waffe nsabye!

# Essuula 7

## Okukkiriza n'obugonvu bwa Naamani Omugenge

Awo Naamani n'ajja
n'embalaasi ze n'amagaali ge,
n'ayimirira ku luggi lw'ennyumba ya Erisa.
Erisa n'amutumira omubaka ng'ayogera nti
"Genda onaabe mu Yoludaani emirundi musanvu,
kale omubiri gwo gulidda gy'oli, naawe oliba mulongoofu."
Awo n'aserengeta ne yennyika mu Yoludaani emirundi
musanvu ng'ekigambo bwe kyali eky'omusajja wa Ktonda;
omubiri gwe ne gudda nate ng'omubiri
gw'omwana omuto. N'aba mulongoofu.

---

2 Bassekabaka 5:9-10; 14

## 1. Omudduumizi w'eggye Naamani Omugenge

Mu biseera byaffe, tutera okusisinkana ebizibu ebinene n'ebitono. Olumu tusisinkana ebizibu ebissuka ku busobozi bw'omuntu. Mu nsi eyitibwa Busuuli eri eky'engulu wa Isiraeri, waaliyo omudduumizi w'eggye eyali ayitibwa Naamani. Yali awanguzza eggye ly'e Busuuli, ensi eyo we yabeerera mu kiseera ekizibu ddala. Naamani yayagala nnyo ensi ye era n'aweerezanga kabaka we n'obwesigwa. Wadde Kabaka yatwalanga Naamani ng'omuntu omukulu ennyo, omudduumizi w'eggye ono yali mu bulumi olw'ekyama ekyali tekimanyiddwa muntu mulala yenna.

Kiki ekyali kiviirako obulumi bwe? Naamani yali mu nnaku si lwa kuba yali talina bugagga oba linnya. Naamani yalumizibwa nnyo era n'atafuna ssanyu mu bulamu kubanga yalina ebigenge, endwadde eyali tewona eddagala ery'ebiseera bye nga terisobola kubiwonya.

Mu biseera bya Naamani, abantu abaalwalanga ebigenge nga batwalibwa nga abatali bayonjo. Era nga bakakibwa okubeera bokka ku njegoyego z'ekibuga. Okubonaabona kwa Naamani kwali tekugumiikirizika kubanga, ng'ogyeeko obulumi, ku bulwadde buno kwagenderangako ebizibu ebirala. Obubonero bw'ebigenge buba amabala ku mubiri, naddala mu maaso g'omuntu, ku mikono n'amagulu, ne mu bigere wansi, saako ebitundu by'omubiri okulekeraawo okuwulira. Bwe biba bitabuse, obukoowekoowe, enjala z'engalo, n'ez'ebigere bikutukako era endabika y'omuntu ebeera etiisa.

Awo olunaku lumu, Naamani eyali abonaabona n'endwadde etawona era nga tasobola kufuna ssanyu mu bulamu bwe yawulira amawulire amalungi. Okusinziira ku mwana omuwala eyali awambiddwa okuva mu Isiraeri eyali aweereza mukyala we, agamba waaliwo nnabbi mu Samaliya eyali ayinza okuwonya ebigenge bya Naamani. Olw'okuba waali tewaliiwo kyatasobola kukola awone ebigenge, Naamani yagamba kabaka we obulwadde bwe yalina ne kye yali awulidde okuva ew'omuwala omukozi. Bwe yawulira nti omudduumizi we omwesigwa ajja kuwonyezebwa ebigenge singa agenda mu maaso ga nnabbi e Samaliya, kabaka n'ayamba Naamani mu kwagala era n'awandiikira kabaka wa Isiraeri ebbaluwa ku lwa Naamani.

Naamani n'agenda e Isiraeri ne talanta kkumi eza ffeeza n'ebitundu kakaaga ebya zabu n'emiteeko gy'ebyambalo kkumi ne bbaluwa ya kabaka eyasoma nti, *"Kale nno ebbaluwa eno bw'eriba ng'etuuse gy'oli laba, nkutumidde Naamani omuddu wange omuwonye ebigenge bye"* (olu. 6). Mu kiseera ekyo, Busuuli yali nsi yamaanyi okusinga Isiraeri. Bwe yasoma ebbaluwa okuva ewa kabaka w'e Busuuli, kabaka wa Isiraeri n'ayuza ebyambalo bye ng'agamba, *"Nze Katonda? Lwaki omusajja ono antumira okuwonya omuntu ebigenge bye? Naye mulowooze, mbeegayiridde, mutegeere bw'anoonya ky'anannanga okuyomba nange!"* (olu. 7)

Nnabbi wa Isiraeri nnabbi Erisa bwe yawulira amawulire gano, n'ajja mu maaso ga kabaka n'agamba, *"Lwaki okuyuza ebyambalo byo? Ajje nno gye ndi, kale anaamanya nga mu Isiraeri mulimu nnabbi"* (olu. 8). Kabaka wa Isiraeri bwe yasindika Naamani okugenda mu nnyumba ya Erisa, nnabbi teyasisinkana mudduumizi wabula yamutumira okuyita mu mubaka, "Genda onaabe mu Yoludaani emirundi musanv, kale omubiri gwo gulidda gy'oli, naawe oliba mulongoofu" (olu. 10).

Nga kyali kya ngeri eri Naamani, eyali agenze n'embalaasi ze n'amagaali ge ewa Erisa, kyokka n'asanga nnabbi atamwaniriza wadde okumusisinkana! Omudduumizi n'asunguwala. Yali alowooza nti omudduumizi w'eggye ly'ensi esinga Isiraeri amaanyi bw'akyala, nnabbi yandivuddeyo n'amwaniriza bulungi era n'amuteekako n'emikono. wabula, Naamani nnabbi teyamwaniriza kyokka n'amugamba okugenda anaabe mu mugga omutono ennyo kyokka nga mukyafu ogwa Yoludaani.

Mu busungu, Naamani n'alowooza addeyo ewuwe, ng'agamba, *"Laba, mbadde ng'amba nti taaleme kufuluma gye ndi n'ayimiririra n'asaba erinnya lya Mukama Katonda we n'ayisayisa engalo awali ekifo, n'awonya omugenge. Abana ne Falufali, emigga egy'e Ddamasiko tegisinga bulungi mazzi gonna aga Isiraeri? Siyinza kunaaba omwo ne mba mulongoofu?"* (olu. 11-12) Bwe yali ng'ateekateeka okuddayo eka, abaddu ba Naamani ne bamwegayirira. *"Kitange, nnabbi singa akulagidde okukola ekigambo ekikulu, tewandikikoze? Kale toosinge nnyo bw'akugambye nti, 'naaba obe mulongoofu'?"* (olu. 13) ne bawa mukama waabwe amagezi okugondera ebiragiro bya Erisa.

Kiki ekyabaawo Naamani bwe yennyika mu Mugga Yoludaani emirundi musanvu, nga Erisa bwe yali amulagidde? Omubiri gwe ne gudda nate ng'omubiri gw'omwana omuto, n'aba mulongoofu..

ebigenge ebyali binakuwazza Naamani obulamu bwe bwonna byawonyezebwa ddala. Endwadde eyali tesobola kuwonyezebwa bantu bwe yawonera ddala olw'obugonvu bwa Naamani eri omusajja wa Katonda, omudduumizi yatandika okukiririza mu Katonda omulamu ne Erisa, omusajja wa Katonda.

Ng'amaze okulega ku maanyi ga Katonda omulamu – Katonda Awonya ebigenge – Naamani yaddayo ewa Erisa, n'ayogera nti, *"Awo n'addayo eri omusajja wa Katonda, ye n'ekibiina kye kyonna, n'ajja n'ayimirira mu maaso ge: n'ayogera nti Laba ntegedde nga tewali Katonda mu nsi zonna wabula mu Isiraeri; kale nno nkwegayiridde, toola ekirabo ku muddu wo. Naye n'ayogera nti Nga MUKAMA bw'ali omulamu, gwe nnyimiririra mu maaso ge, siitoole kyonna. N'amutayirira okukitoola, naye n'agaana. Awo Naamani n'ayogera nti Oba tootoole, naye nkwegayiridde omuddu wo aweebwe ettaka eryetikkibwa n'ennyumba bbiri; kubanga omuddu wo takyawaayo okuva leero ebiweebwayo ebyokebwa newakubadde ssaddaaka eri bakatonda abalala, wabula eri MUKAMA,"* era n'atendereza Katonda (2 Bassekabaka 5:15-17).

## 2. Okukkiriza kwa Naamani n'Ebikolwa

Kati katwekenneenye okukkiriza n'ebikolwa bya Naamani, eyasisinkana Katonda Awonya era n'awonyezebwa obulwadde obutawona.

## 1) Omutima gwa Naamani Omulungi

Abantu abamu bakkiririzaawo mu bigambo by'abalala ate abalala ne babuusizabuusizaawo era ne bateesiga bantu balala. Ye Naamani yalina omutima omulungi, teyanyoomanga bigambo by'abantu balala wabula ng'abikkiriza n'ekisa. Yasobola okugenda mu Isiraeri, n'agondera ebiragiro bya Erisa, era n'afuna okuwonyezebwa kubanga teyagoba wabula yassaayo omwoyo era n'akkiririza mu bigambo by'omuwala omuto eyali aweereza mukyala we. Omuwala ono omuto eyali awambiddwa okuva mu Isiraeri yagamba mukyala we, *"Singa mukama wange ali ne nnabbi ali mu Samaliya! Kale yandiwonye ebigenge bye,"* (olu. 5) Naamani yamukkiririzaamu. Katugambe gwe Naamani. Kiki kye wandikoze? Wandikkiriza ebigambo by'omuwala mu bujjuvu?

Wadde waliwo okukulaakulana kw'eddagala ezzungu ennaku zino, waliwo endwadde nnyingi ng'eddagala lino terizikolera. Bw'ogamba abalala nti Katonda yakuwonyezza endwadde etawona nti oba wawonyezeddwa oluvanyuma lw'okusabira, olowooza abantu bameka abayinza okukkiriza? Naamani yakkiririza mu bigambo by'omuwala omuto ono, n'agenda mu maaso ga kabaka we okufuna olukusa, n'agenda e Isiraeri, era n'afuna okuwonyezebwa ebigenge. Kwe kugamba, olw'okuba Naamani yalina omutima omulungi, yasobola okukkiririza mu bigambo by'omuwala omuto bwe yamubuulira enjiri era n'akola nga bwe yali agambiddwa. Era tulina okukitegeera nti bwe tubuulirwa enjiri, tusobola okufuna okuddibwaamu eri ebizibu byaffe kasita tukkiririza mu bitubuuliddwa era ne tujja mu maaso ga Katonda nga Naamani bwe yakola.

## 2) Naamani yamenyaamenya Endowooza Ze

Naamani bwe yagenda e Isiraeri ng'ayambibwako kabaka we era n'atuuka ku nnyumba ya Erisa, nnabbi eyali awonya ebigenge, teyamwaniriza bulungi. Yasunguwala kubanga Erisa, mu maaso ga Naamani ataali mukkiriza eyali talina linnya lyonna wadde ekitiibwa, teyayaniriza omuweereza omwesigwa ow'eggye ly'e Busuuli, era n'agamba Naamani – okuyita mu mubaka – okunaaba mu mugga Yoludami emirundi musanvu. Naamani yasunguwala nnyo kubanga yali atumiddwa kabaka w'e Busuuli yennyini. Era, Erisa teyayisayisa wadde engalo awali endwadde kyokka n'amugamba bugambi nti ajja kuwonyezebwa bwe yennyika mu mugga ogwali omutono kyokka nga mukyafu ogwa Yoludaani.

Naamani yasunguwalira Erisa n'ekikolwa kya nnabbi, kye yali tasobola kutegeera na birowoozo bye. Yali yeetegeka okuddayo ewuwe, ng'alowooza nti waliyo ennyanja ennene era ennyonjo mu nsi ye nti era yandiwonyezeddwa singa yennyika mu emu kw'ezo. Essaawa eyo, Abaddu ba Naamani ne bamuwa amagezi okugondera ekiragiro kya Erisa yennyike mu mugga Yoludaani.

Olw'okuba Naamani yalina omutima omulungi, omudduumizi ono teyakola kyali mu ndowooza ye wabula yasalawo okugondera ekiragiro kya Erisa, era n'agenda eri Yoludaani. Mu bantu abalina ebitiibwa ebiringa ebya Naamani, bameka ku bo abayinza okwemenya era ne bagonda olw'okuba bawabuddwa abaddu baabwe oba abalala abali ku ddaala erya wansi ku lyabwe?

Nga bwe tusanga mu Isaaya 55:8-9, *"'Kubanga ebirowoozo byange si birowoozo byammwe,' so n'amakubo gammwe si makubo gange, bw'ayogera MUKAMA. 'Kuba eggulu nga bwe lisinga ensi obugulumivu, amakubo gange bwe gasinga bwe gatyo amakubo gammwe, n'ebirowoozo byange ebirowoozo byammwe.'"* Bwe twekwata ku birowoozo by'omuntu n'entegeera, tetusobola kugondera Kigambo kya Katonda. Katujjukirenga enkomerero ya Kabaka Saulo oyo eyajeemera Katonda. Bwe tugenda n'endowooza y'omuntu era ne tutagondera kwagala kwa Katonda, kino kiba kikolwa kya bujeemu, era bwe tulemererwa okukkiriza obujeemu bwaffe, tulina okujjukira nti Katonda ajja kutuleka era atuveeko nga Kabaka Saulo bwe yagaanibwa Katonda.

Tusoma mu 1 Samwiri 15:22-23, *"Samwiri n'ayogera nti, 'MUKAMA asanyukira ebiweebwayo ebyokebwa ne ssaddaaka okwenkana nga bw'asanyukira okugondera eddoboozi lya MUKAMA? laba, okugonda kusinga ssaddaaka obulungi, n'okuwulira kusinga amasavu gendiga ennume. Kubanga okujeema kuling'anga ekibi eky'obufumu, n'obukakanyavu buling'anga okusinza ebifaananyi ne baterafi. Kubanga ogaanyi ekigambo kya MUKAMA, naye akugaanyi okuba kabaka.'"* Naamani yeekuba mu mutima n'asalawo okumenyaamenya endowooza ye era n'agoberera ebiragiro bya Erisa, omusajja wa Katonda.

Mu ngeri y'emu, tulina okujjukira nti okujjako nga tussudde eri emitima gyaffe emijeemu era ne tugikyusa ne gifuuka emitima emigonvu nga okwagala kwa Katonda bwe kuli, lwe tusobola okufuna okuyaayaana kw'emitima gyaffe.

## 3) Naamani Y'agondera Ekigambo kya Nnabbi

Ng'agoberera ebiragiro bya Erisa, Naamani yakkirira wansi ku mugga Yoludaani n'anaaba. Waaliyo emigga emirala mingi egyali eminene era emiyonjo okusinga Yoludaani, naye ekiragiro kya Erisa eky'okugenda mu Yoludaani kyalina amakulu ag'omwoyo. Omugga Yoludaani kabonero akalaga obulokozi, era nga go amazzi gayimirirawo ku lw'Ekigambo kya Katonda ekitukuza ebibi by'abantu n'ekibasobozesa okutuuka ku bulokozi (Yokaana 4:14). Eyo yensonga lwaki Erisa yayagala Naamani okunaaba mu mugga Yoludaani bwegiba minene era nga miyonjo okw'enkana wa, tegitwala bantu eri ekkubo ery'obulokozi, era tegirina wegikwataganira na Katonda, era mu mazzi ago eby'amagero bya Katonda tebisobola kulabisibwa.

Nga Yesu bwatubuulira mu Yokaana 3:5, *"Ddala ddala nkugamba nti Omuntu bw'atazaalibwa mazzi na Mwoyo, tayinza kuyingira mu bwakabaka bwa Katonda,"* Ng'anaaba mu mugga Yoludaani, ekkubo liggulibwaawo eri Naamani okufuna okusonyiyibwa ebibi bye n'obulokozi, era asisinkane Katonda omulamu.

Olwo, lwaki, Naamani yagambibwa okwennyika emirundi musanvu? Omuwendo "7" muwendo gutuukiridde ogutegeeza obutuukirivu. Ng'alagira Naamani okunaaba emirundi musanvu, Erisa yali agamba omudduumizi w'eggye okufuna okusonyiyibwa era n'okutambulira mu Kigambo kya Katonda mu bujjuvu. Olwo lwokka Katonda nga eri Ye buli kimu kisoboka lwajja okulaga omulimu gw'okuwonya era awonye endwadde yonna etawona.

N'olwekyo, tuyiga nti Naamani yafuna okuwonyezebwa

kw'ebigenge, ebyali biremye eddagala wadde amaanyi g'omuntu, kubanga yagondera ekigambo kya nnabbi. Ku kino eby'awandiikibwa bitugamba, *"Kubanga ekigambo kya Katonda kiramu, era kikozi, era kisala okusinga buli kitala kyonna eky'obwogi obubiri, era kiyitamu n'okwawula ne kyawula obulamu n'omwoyo, ennyingo n'obusomyo, era kyangu okwawula okulowooza n'okufumiitiriza okw'omu mutima. So si wali kitonde ekitalabika mu maaso ge: naye ebintu byonna byeruliddwa era bibikkuliddwa mu maaso g'oyo gwe tuleetera ebigambo byaffe"* (Abaebulaniya 4:12-13).

Naamani yagenda mu maaso ga Katonda oyo Atalina kimulema, n'amenyamenya ebirowoozo bye byonna, ne yeenenya, era n'agondera okwagala Kwe. Nga Naamani yennyika emirundi musanvu mu mugga Yoludaani, Katonda yalaba okukkiriza kwe, n'amuwonya ebigenge bye, era omubiri gwa Naamani ne guddawo ng'ogw'omwana omuto.

Nga atulaga obukakafu obwenkukunala obulaga nti okuwona kusoboka lwa maanyi Ge gokka, Katonda atugamba nti endwadde yonna etawona esobola okuwonyezebwa bwe tumusanyusa n'okukkiriza kwaffe nga kugobereddwa ebikolwa.

### 3. Naamani Atendereza Katonda

Nga Naamani awonyezeddwa ebigenge, yakomawo eri Erisa, n'ayogera nti, "Laba nno ntegedde nga tewali Katonda mu nsi zonna wabula mu Isiraeri...omuddu wo takyawaayo okuva leero ebiweebwayo ebyokebwa newakubadde ssaddaaka eri bakatonda abalala wabula eri MUKAMA," era n'atendereza Katonda.

Mu Lukka 17:11-19 tulaba abasajja kkumi nga basisinkana Yesu era ne bawonyezebwa ebigenge. Kyokka, omu ku bo yekka yeeyakomawo eri Yesu, n'amutendereza mu ddoboozi ery'awaggulu, era n'agwa ku bigere bya Yesu n'amwebaza. Mu nnyiriri 17-18, Yesu n'abuuza omusajja, *"Ekkumi bonna tebalongoosebbwa? Naye bali omwenda bali ludda wa? Tebalabise abakomawo okutendereza Katonda, wabula omugenyi ono?"* Mu nnyiriri eziddako 19, N'agamba omusajja, *"Yimuka, ogende; okukkiriza kwo kukuwonyezza."* Bwe tufuna okuwonyezebwa n'amaanyi ga Katonda, tetulina kutendereza Katonda kyokka, kkiriza Yesu Kristo, era otuuke ku bulokozi, naye era otambulire mu Kigambo kya Katonda.

Naamani yalina ekika ky'okkiriza n'ebikolwa ekyamusobozesa okuwona ebigenge, endwadde etaawonanga mu kiseera kye. Yalina omutima omulungi okukkiririza mu bigambo by'omuwala omuto eyali yawambibwa. Yalina ekika ky'okukkiriza eky'amusobozesa okutegeka ekirabo ekirungi okugenda n'akyo ewa nnabbi. Yalaga ekikolwa ky'obuwulize wadde ebiragiro bya Nnabbi Erisa tebyakkiriziganya na ndowooza ye.

Naamani, Munnamawanga, yali yalwala ekirwadde ekitawona naye okuyita mu kirwadde kino yasisinkana Katonda omulamu era neeyeerabirako ku mirimu gy'okuwonyezebwa. Omuntu yenna ajja mu maaso ga Katonda Ayinza byonna, era n'alaga okukkiriza kwe n'ebikolwa ajja kufuna okuddibwaamu eri ebizibu bye byonna wadde bikakali okwenkana wa.

Nkwagaliza okufuna okukkiriza okw'omuwendo, olage okukkiriza okwo n'ebikolwa, ofune okuddibwamu eri ebizibu byo byonna mu bulamu, era ofuuke omutukuvu ow'omukisa ng'otendereza Katonda, mu linnya lya Mukama waffe Nsabye.

## Ebifa ku Muwandiisi:
## Dr. Jaerock Lee

Dr. Jaerock Lee Yazaalibwa Muan, ekisangibwa mu ssaza lye Jeonnam, mu Nsi ye Korea, mu mwaka gwa 1943. Ng'ali mu myaka amakumi abiri, Dr. Lee yabonaabona n'endwadde nnyingi ez'olukonvuba okumala emyaka musanvu era ng'alinda bulinzi kufa awatali ssuubi lya kuwona. Wabula lumu mu biseera eby'omusana mu mwaka gwa 1974, yatwalibwa mwannyina mu kanisa era bwe yafukamira wansi okusaba, amangu ago Katonda Omulamu n'amuwonya endwadde ze zonna.

Okuva Dr. Lee bwe yasisinkana Katonda Omulamu okuyita mu ngeri ennungi bw'etyo, ayagadde Katonda n'omutima gwe gwonna era n'amazima, era mu mwaka gwa 1978 yayitibwa okuba omuweereza wa Katonda. Yasaba n'amaanyi ge gonna asobole okutegeera obulungi okwagala kwa Katonda, alyoke akutuukirize mu bujjuvu era agondere Ebigambo bya Katonda byonna. Mu 1982, yatandika ekanisa eyitibwa Manmin Central Church esangibwa mu kibuga Seoul, eky'omu nsi ye Korea, era eby'amagero bya Katonda ebitabalika, omuli okuwonya okw'ebyamagero bizze bibeerawo mu kanisa ye.

Mu 1986, Dr. Lee yatikkirwa ku mukolo Annual Assembly of Jesus ogwali mu Sungkyul Church of Korea, n'afuuka omusumba era oluvanyuma lw'emyaka ena mu mwaka gwa 1990, obubaka bwe bwatandika okuzanyibwa ku butambi mu nsi ya Australia, Russia, Philippines, n'ensi endala nnyingi ku mikutu nga Far East Broadcasting Company, Asia Broadcast Station, ne Washington Christian Radio System.

Nga wayise emyaka essatu mu 1993, Manmin Central Church yalondebwa okuba "emu ku kanisa 50 ezikulembedde mu nsi yonna" nga bino byafulumizibwa aba *Christian World* magazine (ng'efulumira mu Amerika) era n'afuna ekitiibwa ky'obwa Dokita mu By'eddiini okuva mu ttendekero eriyitibwa Christian Faith College, eky'omu kibuga Florida, ekisangibwa mu Amerika, era mu 1996 yaweebwa eky'obwa ssabakenkufu mu ttendekero lye Kingsway Theological Seminary, eky'omu kibuga Iowa, mu Amerika.

Okuva omwaka gwa 1993, Dr. Lee akulembeddemu okutambuza enjiri mu nsi yonna okuyita mu kuluseedi ennyingi z'akubye emitala w'amayanja nga kuluseedi eyali e Tanzania, Argentina, L.A., Baltimore City, Hawaii, ne New York City eky'omu Amerika, Uganda, Japan, Pakistan, Kenya, Philippines, Honduras, India, Russia, Germany, Peru, Democratic Republic of the Congo, Israel, ne Estonia. Mu 2002 empapula ez'amaanyi mu Korea z'amuyitanga "omusumba ow'ensi yonna" olw'emirimu gye mu nsi ez'enjawulo gye yakubanga Kuluseedi ennene ennyo.

Mu mwezi gw'okusatu 2017, Manmin Central Church ebadde eweza ba memba abassuka mu 120,000. So nga erina amatabi g'ekanisa amalala 11,000 agali mu Korea n'emu nsi endala, era n'aba minsani 102 beebakasindikibwa mu nsi 23, omuli ne Amerika, Russia, Germany, Canada, Japan, China, France, India, Kenya, n'endala nnyingi.

Ekitabo kino w'ekifulumidde, Dr. Lee abadde awandiise ebitabo ebirala 106, omuli ebisinze okutunda nga *Okuloza ku Bulamu Obutaggwaawo nga si n'afa, Obulamu Bwange, Okukkiriza Kwanga I & II, Obubaka Bw'Omusalaba, Ekigera Okukkiriza, Eggulu I & II, Ggeyeena*, ne *Amaanyi ga Katonda*. Ebitabo bye bikyusiddwa okudda mu nnimi ezissuka mu 76.

Waliwo obubaka bwe obuwandiikibwa mu miko gye mpapula z'amawulire ng'olwa *The Hankook Ilbo, The JoongAng Daily, The Dong-A Ilbo, The Seoul Shinmun, The Kyunghyang Shinmun, The Korea Economic Daily, The Korea Herald, The Shisa News*, ne *The Christian Press*.

Dr. Lee kati akola ng'omukulembeze w'ebitongole by'obu misani bingi saako ebibiina: nga ye Sentebe wa, The United Holiness Church of Jesus Christ; Permanent President, The World Christianity Revival Mission Association; Ye yatandika era ali ku bboodi ya, Global Christian Network (GCN); Mutandisi era ye Ssentebe wa Bboodi ya, World Christian Doctors Network (WCDN); era ye yatandika era ye sentebe wa Bboodi ya, Manmin International Seminary (MIS).

## Ebitabo ebirala Eby'amaanyi eby'omuwandiisi y'omu

*Eggulu I & II*

Ekifaananyi ekiraga ekifo ekirungi ennyo abatuuze b'omu ggulu mwe babeera n'ennyinyonyola ennungi ey'emitendera egy'enjawulo egy'obwakabaka obw'omu ggulu.

*Obubaka Bw'Omusalaba*

Obubaka obw'amaanyi obw'okuzuukusa abantu bonna ab'ebase mu mwoyo! Mu kitabo kino ojja kusangamu ensonga lwaki Yesu ye Mulokozi yekka n'okwagala okutuufu okwa Katonda.

*Ggeyeena*

Obubaka obw'amazima eri abantu bonna okuva eri Katonda, oyo atayagala wadde omwoyo ogumu okugwa mu bunnya bwa ggeyeena! Mujja kuzuula ebyo ebitayogerwangako ku bukambwa ate nga bwa ddala obuli mu magombe aga wansi aga geyeena.

*Omwoyo, Emmeeme, n'Omubiri I & II*

Ekitabo kino kiraga ekkubo eryangu eri abasomi eribasobozesa okwenyigira mu buzaaliranwa bwa Katonda era ne bafuna emikisa gyonna egyo egyabasuubizibwa Katonda.

### *Ekigera Okukkiriza*

Kifo kya kika ki eky'okubeeramu, engule n'empeera ebikutegekeddwa mu ggulu? Ekitabo kino kikuwa amagezi n'okukulung'amya okusobola okupima okukkiriza kwo osobole okuluubirira okukkiriza okusingayo obukulu.

### *Zuukusa Isiraeri*

Lwaki Katonda amaaso ge agakuumidde ku Isiraeri okuva olubereberye lw'ensi eno okutuuka leero? Alina nteekateeka ki gyategekedde Isiraeri mu nnaku ez'oluvannyuma, ezirindirwamu Omununuzi?

### *Obulamu Bwange, Okukkiriza Kwange I & II*

Evvumbe ery'omwoyo erisingayo obulungi erigiddwa mu bulamu obwameruka n'okwagala kwa Katonda okutatuukika, wakati mu mayengo g'ekizikiza, n'enjegere ezinyogoga saako obulumi obutagambika.

### *Amaanyi ga Katonda*

Kye kitabo ky'olina okusoma nga kikola ng'ekirung'amya eky'omugaso omuntu mwayinza okuyita okufuna okukkiriza okwa ddala n'okulaba amaanyi ga Katonda.

www.urimbooks.com

www.ingramcontent.com/pod-product-compliance
Lightning Source LLC
LaVergne TN
LVHW041709060526
838201LV00043B/645